భారత విప్లవ ఉద్యమంలో చంద్రశేఖర్ ఆజాద్ ఒక ప్రత్యేక వ్యక్తిత్వం. భారతదేశ స్వాతంత్ర్యం కోసం అతని అద్వితీయమైన దేశభక్తి, అసమానమైన ధైర్యం, ప్రశంసనీయమైన పాత్ర బలం మొదలైనవి ఈ జాతి స్వాతంత్ర్య సమరయోధులకు శాశ్వతమైన ఆదర్శ స్ఫూర్తిని అందిస్తూనే ఉంటాయి. అత్యంత పేద కుటుంబంలో పుట్టినప్పటికీ ఆయన అందించిన దేశభక్తి అనే ఆదర్శం ప్రశంసనీయమే కాదు. ఆజాద్ నిజానికి దేశభక్తి, త్యాగం, ఆత్మబలిదానం మొదలైన సద్గుణాలకు ప్రతీక.

D9900306

భారతదేశపు గొప్ప అమర విప్లవకారుడు చంద్రశేఖర్ ఆజాద్

మీనా అగర్వాల్

డైమండ్ బుక్స్

ప్రచురణకర్త

ప్రచురణకర్త:	డైమండ్ పాకెట్ బుక్స్ (P) Ltd.
	X-30 ఓఖ్లా ఇండస్ట్రియల్ ఏరియా, ఫేజ్-II
	న్యూఢిల్లీ-110020
ఫోన్	: 011-40712200
ఈ-మెయిల్	: sales@dpb.in
వెబ్‌సైట్	: www.diamondbook.in
వెర్షన్	: 2024
ప్రింటర్	: రెప్రో (భారతదేశం)

భారతదేశపు గొప్ప అమర విప్లవకారుడు చంద్రశేఖర్ ఆజాద్ (Bharat ke Amar Krantikari Chandrashekhar Azad-Telugu)

రచన: మీనా అగర్వాల్

రెండు పదాలు

భారతదేశానికి స్వాతంత్ర్యం సాధించడంలో మరియు ఈ దేశాన్ని నిర్మించడంలో విప్లవకారుల సహకారం ఇతర ఉద్యమాలతో పోల్చితే తక్కువ కాదు. వాస్తవమేమిటంటే, భారత స్వాతంత్ర్య ఉద్యమ చరిత్ర 1857 విప్లవంతో మొదలవుతుంది, అయితే మన చరిత్ర రచయితలు విప్లవకారుల సహకారాన్ని సరిగ్గా అంచనా వేయకపోవడం విచారకరం.

భారత విప్లవ ఉద్యమంలో చంద్రశేఖర్ ఆజాద్ ఒక ప్రత్యేక వ్యక్తిత్వం. భారతదేశ స్వాతంత్ర్యం కోసం అతని అద్వితీయమైన దేశభక్తి, ఎనలేని ధైర్యం, ప్రశంసనీయమైన పాత్ర బలం మొదలైనవి ఈ జాతి స్వాతంత్ర్య సమరయోధులకు శాశ్వతమైన ఆదర్శ స్ఫూర్తిని అందిస్తూనే ఉంటాయి. అత్యంత పేద కుటుంబంలో పుట్టినప్పటికీ ఆయన అందించిన దేశభక్తి అనే ఆదర్శం ప్రశంసనీయమే కాదు. ఆజాద్ నిజానికి దేశభక్తి, త్యాగం, ఆత్మబలిదానం మొదలైన సద్గుణాలకు ప్రతీక.

భారతదేశంలోని మహానుభావులలో స్వీయ ప్రశంసలకు దూరంగా ఉండే సంప్రదాయం ఉంది. అందుకే ఆజాద్ తన సహోద్యోగులకు కూడా తన గురించి ఎప్పుడూ చెప్పుకోలేదు. ఒకసారి భగత్ సింగ్ తన కుటుంబం మొదలైనవాటి గురించి అడిగినప్పుడు, అతను చెప్పాడు - "పార్టీ నాకు సంబంధించినది, నా కుటుంబ సభ్యులకు కాదు. నా జీవిత చరిత్ర రాయడం నాకు ఇష్టం లేదు." దీనితో పాటు విప్లవకారుల ఉద్యమాలు రహస్య ఉద్యమాలు. అందువల్ల, ఇతర ఉద్యమాల వలె, దాని వివాదరహిత చరిత్రను కనుగొనడం అసాధ్యం అనిపిస్తుంది. ఆజాద్ జీవితంలోని సంఘటనలను వివిధ పుస్తకాలలో వివిధ రకాలుగా వివరించడానికి కారణం ఇదే.

ఈ పుస్తకంలో, ఆజాద్ జీవితంలోని అన్ని సంఘటనలకు సంబంధించి అందుబాటులో ఉన్న విషయాలను ఒక క్రమపద్ధతిలో ప్రదర్శించడానికి పరిమిత ప్రయత్నం జరిగింది. పండితుల మధ్య వివాదాలు ఏర్పడే సంఘటనలు వారి వారి ప్రదేశాలలో ప్రస్తావించబడ్డాయి. ఈ ప్రయత్నం ఎంతవరకు సఫలమైందో సుధీ పాఠక్ మాత్రమే నిర్ణయిస్తారు.

ఈ పుస్తకం కేవలం వీరశ్రేష్ఠ ఆజాద్ జీవితంలోని చారిత్రక సంఘటనల సంకలనం, కాబట్టి దాని గురించి వాస్తవికతను ప్రకటించడాన్ని మోసం అని మాత్రమే అంటారు. దాని రచనలో, శ్రీ మన్మథనాథ్ గుప్తా, యశ్పాల్, వైశంపాయన్, శ్రీ వీరేంద్ర, వ్యతిత్ హృదయ్, యశ్పాల్ శర్మ, శివ వర్మ, సీతా రామయ్య మొదలైన పండిత రచయితల పుస్తకాల నుండి సహాయం తీసుకోబడింది, అందుకే వారందరికీ నా కృతజ్ఞతలు తెలియజేస్తున్నాను.

- రచయిత

సూచిక

భగత్ సింగ్ తో సమావేశం; కొత్త పార్టీ: హిందుస్థాన్ సమాజ్ వాదీ రిపబ్లికన్ సేన; కొత్త పార్టీ కేంద్ర కమిటీ; పార్టీ యొక్క ప్రాంతీయ మరియు అంతర్-ప్రాంతీయ సంస్థ; పోలీసులతో కంటికి కంటికి పరిచయం; పోలీసు అధికారి జీవితం; కాకోరి సంఘటనలోని హీరోలను విడుదల చేయడానికి ప్లాన్ చేయండి.

సైమన్ కమిషన్ రాక; సాండర్స్ హత్య; ప్లాన్ చేయండి యొక్క రూపురేఖలు; హోర్ నుండి ఎక్సోడస్; అసెంబ్లీలో పేలుడు; వైస్రాయ్ కారును పేల్చివేయాలని ప్లాన్.

అసెంబ్లీ బాంబు కేసు విచారణ; లాహోర్ ఘటనపై విచారణ; జతిందాస్ నిరాహార దీక్షలో మరణించారు: లిటిగేషన్ ట్రిబ్యునల్ దానికి సంబదించిన; నిర్ణయం; ఇంతలో, నిర్ణయం తర్వాత, ఆజాద్ పాత్ర; భగత్ సింగ్‌ను విడిపించడానికి ఆజాద్ చేసిన ప్రయత్నం; భగవతి చరణ్ మరణం, ప్లాన్ ఫెయిల్యూర్; సందేహం క్షణం; యశ్‌పాల్ కేసు.

స్వీయ-నిర్మిత వ్యక్తిత్వం; పాత్ర బలం యొక్క చిహ్నం; సంప్రదాయం మరియు ప్రగతిశీలత యొక్క సమన్వయం; ఆదర్శ నాయకత్వం; లొంగని సాహసికుడు; ఆదర్శ స్నేహితుడు; దేశభక్తికి ప్రత్యామ్నాయం.

I అధ్యాయం

జీవితం తొలి దశలో

ఈ దేశం యొక్క సృష్టి మరియు దాని స్వాతంత్ర్యం కోసం చాలా మంది వీరులు తమ ప్రాణాలను త్యాగం చేసారు, వారిలో చాలా మంది పేర్లు కూడా తెలియవు. ఈరోజు మనం ఆ విప్లవ వీరుల పేర్లను కూడా మరచిపోయినట్లుంది; వారి పేర్లు చరిత్ర పుస్తకాలకు మాత్రమే పరిమితమయ్యాయి. భారత స్వాతంత్ర్య చరిత్ర 1857 విప్లవంతో ప్రారంభమవుతుంది. స్వాతంత్ర్యం కోసం ఈ మొదటి పోరాటం బ్రిటిష్ వారిచే విఫలమైనప్పటికీ, బానిసత్వ సంకెళ్లలో బంధించబడిన భారతీయులకు అది ఇచ్చిన స్ఫూర్తి స్వేచ్ఛ కోసం నిరంతరం పోరాడాలని నేర్పింది. భారత జాతీయ స్థాపన తర్వాత, ఈ పార్టీ అహింసా ప్రాతిపదికన స్వాతంత్ర్యం కోసం పోరాడినప్పటికీ, ఈ రోజు క్రెడిట్ అంతా కాంగ్రెస్‌కు మాత్రమే దక్కింది. కానీ కాంగ్రెస్‌తో పాటు, భారతదేశ విప్లవ పుత్రులు కూడా బ్రిటిష్ వారికి వ్యతిరేకంగా సమాంతర యుద్ధం చేశారు. ఈ విప్లవకారులు బ్రిటిష్ ప్రభుత్వానికి సవాలుగా మారారు. హింస ద్వారా పరాయి పాలకులను దేశం నుండి తరిమికొట్టి మాతృభూమికి విముక్తి కల్పించడమే వారి లక్ష్యం.

భయంకరమైన ఆపదలను ఎదుర్కొంటూ, అన్ని సుఖాలు మరియు విలాసాలు త్యజించి, తమ జీవితాల గురించి పట్టించుకోకుండా, ధైర్యవంతులైన భారతీయ విప్లవకారులు తమ పవిత్ర కార్యాన్ని ముందుకు తీసుకెళ్లారు. ఈ హీరోలలో, ఒక పేరు వీర్ శిరోమణి అమర్ షహీద్ చంద్రశేఖర్ ఆజాద్, మాతృభూమి యొక్క స్వాతంత్ర్యం కోసం తన జీవితాన్ని త్యాగం చేశాడు. ఈ ధైర్యవంతుడి జీవిత చరిత్ర ఇక్కడ ప్రదర్శించబడుతోంది.

ఆజాద్ వంశం మరియు అతని మూలం

చంద్రశేఖర్ ఆజాద్ పూర్వీకుల స్వస్థలం, ఆజాద్ నివాసం మొదలైన వాటి గురించి చాలా అపోహాలు ఉన్నాయి. ఆజాద్ తాత నిజానికి కాన్పూర్ నివాసి, తర్వాత ఉన్నావ్ జిల్లా బదర్కా గ్రామంలో స్థిరపడ్డారు. అందుకే ఆజాద్ తండ్రి పండిట్ సీతారాం తివారీ తన బాల్యాన్ని ఇక్కడే గడిపాడు మరియు తన యవ్వనం యొక్క ప్రారంభ కాలాన్ని కూడా ఇక్కడే గడిపాడు.

పండిట్ సీతారాం తివారీ మూడు పెళ్లిళ్లు చేసుకున్నారు. అతని మొదటి భార్య ఉన్నావ్ జిల్లాకు చెందిన మౌరవ. అతనికి ఈ భార్య నుండి ఒక కుమారుడు కూడా ఉన్నాడు, అతను అకాల మరణం చెందాడు. పండిట్ తివారీ తన భార్యతో ఎక్కువ కాలం జీవించలేకపోయాడు, అందుకే అతను ఆమెను విడిచిపెట్టి, జీవితాంతం ఆమె తల్లిదండ్రుల ఇంట్లో నివసించాడు. ఆ తర్వాత మళ్లీ పెళ్లి చేసుకున్నాడు. అతని రెండవ భార్య ఉన్నావ్‌లోని సికంద్రాపూర్ గ్రామానికి చెందినది. అతని రెండవ భార్య కూడా అతని జీవితంలో ఎక్కువ కాలం ఉండలేకపోయింది; వెంటనే ఆమె కన్నుమూసింది. ఆ తర్వాత జాగ్రణీ దేవిని మూడో పెళ్లి చేసుకున్నాడు. జాగ్రణీ దేవి చంద్రమన్ ఖేడా, ఉన్నావ్ గ్రామానికి చెందినవారు. ఉన్నావ్‌లోని బదర్కాలో తివారీ దంపతులకు ఒక కుమారుడు జన్మించాడు, వారు ఈ కొడుకుకు సుఖ్‌దేవ్ అని పేరు పెట్టారు.

ఆజాద్ పుట్టుక మరియు బాల్యం

ఈ కొడుకు పుట్టిన తరువాత, పండిట్ సీతారాం జీవనోపాధి కోసం మధ్య భారతదేశంలోని అలీరాజ్‌పూర్ అనే సంస్థానానికి వెళ్లారు. తర్వాత తన భార్య జాగరాణి దేవి, కొడుకు సుఖ్‌దేవ్‌లను కూడా అక్కడికి పిలిపించాడు. అతను అలీరాజ్‌పూర్‌లోని భమ్రా గ్రామాన్ని తన నివాసంగా చేసుకున్నాడు. ఇక్కడ, సుఖ్‌దేవ్ పుట్టిన 5-6 సంవత్సరాల తర్వాత, 1905లో, జాగ్రణీ దేవి మరో కొడుకుకు జన్మనిచ్చింది. ఈ పిల్లవాడు తరువాత చంద్రశేఖర్ ఆజాద్ పేరుతో ప్రసిద్ధి చెందాడు. ఈ నవజాత శిశువును చూసిన, పిల్లల తల్లిదండ్రులు చాలా నిరాశ చెందారు, ఎందుకంటే పిల్లవాడు చాలా బలహీనంగా ఉన్నాడు మరియు పుట్టిన సమయంలో అతని బరువు కూడా సాధారణ పిల్లల కంటే చాలా తక్కువగా ఉంది. ఇంతకు ముందు తివారీ దంపతులకు చెందిన కొందరు పిల్లలు చనిపోయారు. దీంతో చిన్నారి ఆరోగ్యంపై తల్లిదండ్రులు తీవ్ర ఆందోళనకు గురయ్యారు. పిల్లవాడు బలహీనంగా ఉన్నప్పటికీ చాలా అందంగా ఉన్నాడు; అతని ముఖం చంద్రుడిలా గుండ్రంగా ఉంది.

సీతారాం తివారీ ఆర్థిక పరిస్థితి బాగాలేదు. మొదట అటవీ శాఖలో చిన్న ఉద్యోగం చేసేవాడు. ఈ పని చేస్తుండగా ఒకసారి కొందరు గిరిజనులు అతడిని కొట్టి డబ్బు, బట్టలు, ఉన్నదంతా ఎత్తుకెళ్లారు. దాంతో ఈ ఉద్యోగం వదిలేశాడు. దీని తరువాత, అతను ఆవులు మరియు గేదెలను పెంచి, వాటి పాలు అమ్ముతూ తన కుటుంబాన్ని పోషించడం ప్రారంభించాడు. 1912 తీవ్రమైన కరువు కారణంగా అతని జంతువులు చాలా చనిపోయాయి. అందుకే ఈ వ్యాపారాన్ని కూడా వదిలేయాల్సి వచ్చింది. ఆ తర్వాత ప్రభుత్వ తోటలో పనిచేశాడు. అతని ఆర్థిక పరిస్థితి ఎప్పుడూ దయనీయంగానే ఉంటుంది, అయినప్పటికీ

అతను ఎప్పుడూ నిజాయితీని వదులుకోలేదు. అతను ఈ తోట నుండి చిన్న వస్తువు కూడా తన ఇంటికి తీసుకురాలేదు. శ్రీ విశ్వనాథ్ వైశంపాయన్ ఈ విషయంపై పండిట్ సీతారాం తివారీ తన 'చంద్రశేఖర్ ఆజాద్' పుస్తకంలో ఈ క్రింది ప్రకటనను ఉటంకించారు –

"మేము ప్రభుత్వ తోటలో పని చేస్తున్నప్పుడు ఎటువంటి మోసం చేయలేదు, మేము ఈ తోట నుండి తహసీల్దార్‌కు ఒక్క మామిడి పండును తప్ప ఒక్క బెండకాయ కూడా ఉచితంగా పంపలేదు. ఆపై నా కుటుంబ సభ్యులను ముట్టుకోడానికి కూడా అనుమతించలేదు. ఇది (విముక్తి పొందింది (తల్లి వైపు చూపుతూ) ఆమె ఎప్పుడైనా ఏదైనా పండు లేదా పువ్వును తీసుకెళ్తే, నేను ఆమె తల నరికేస్తాను, మేము ఎప్పుడూ నిజాయితీగా ఒక్క పైసా కూడా సంపాదించలేదు మరియు మరొకరి డబ్బును అక్రమంగా భావించలేదు.

పేదరికం కారణంగా పండిట్ సీతారాం తివారీ ఆజాద్‌కు పాలు మొదలైనవి సరైన ఆహారం కూడా ఏర్పాటు చేయలేకపోయారు. ఆ ప్రాంతంలో ప్రజలు తమ పిల్లలకు పులి మాంసాన్ని తినిపిస్తారని, తద్వారా బిడ్డ ఆరోగ్యంగా, దృఢంగా, ధైర్యంగా ఉంటారని ఒక నమ్మకం. అందుకే ఆజాద్‌కు పులి మాంసం కూడా తినిపించారు. బహుశా ఈ మాంసాన్ని ఎండబెట్టి తినిపిస్తారు, ప్రజలు తమతో ఉంచుకుంటారు. దీని తరువాత, చంద్రశేఖర్ ఆజాద్ తన జీవితమంతా శాఖాహారం. అతనికి వేట అంటే ఇష్టం ఉన్నప్పటికీ మాంసాహారం తినలేదు. అవును, తరువాత భగత్ సింగ్ ప్రభావంతో అతను గుడ్లు తినడం ప్రారంభించాడు.

సన్నబిడ్డ చంద్రశేఖర్ ఆజాద్ క్రమంగా చంద్రుని దశలుగా ఎదగడం ప్రారంభించాడు. అతని శరీరం ఆరోగ్యంగా మరియు బలంగా మారింది. దీంతో తల్లిదండ్రుల్లో కొత్త ఆశలు చిగురించాయి. కొత్త ఆనందం వ్యాపించింది.

చంద్రశేఖర్ చిన్నప్పటి నుంచి మొండి స్వభావం కలవాడు. మొండితనంతో పాటు నిర్భయత, ధైర్యం కూడా ఆయన స్వభావంలోని ప్రత్యేక లక్షణాలు. తన మనసులో ఏది పడితే అది చేసి వదిలేసేవాడు. దీనికి సంబంధించి, అతని చిన్ననాటి సంఘటన వివిధ పుస్తకాలలో వివరించబడింది. ఒకసారి దీపావళి సందర్భంగా వెలిగించిన అగ్గిపెట్టెతో ఆడుకుంటున్నాడు. అలాంటప్పుడు హఠాత్తుగా కర్రలన్నీ కలిపి వెలిగిస్తే చిన్నారి చంద్రశేఖర్ మనసులో ఇంకెంత వెలుగు ఉంటుంది. తన మనసులోని మాటను సహోద్యోగులకు చెప్పాడు. సహచరులు కూడా దాని ఫలితాన్ని తెలుసుకోవాలని చాలా ఉత్సుకతతో ఉన్నారు, కానీ వారెవరికీ ఒకేసారి అన్ని అగ్గిపెట్టెలను వెలిగించే ధైర్యం లేదు; ఒక్కసారిగా ఇన్ని అగ్గిపుల్లలు వెలిగిస్తే చేతులు కాలుతాయని అందరూ భయపడ్డారు. తర్వాత ఏం

జరిగిందంటే చంద్రశేఖర్ ముందుకు వచ్చాడు. ఈ పని చేయడానికి అతనే అంగీకరించాడు. కర్రలన్నింటినీ కలిపి కాల్చారు. అక్కడ డ్రామా జరిగింది, కానీ అతని చేయి కూడా కాలిపోయింది. ఈ విషయాన్ని ఆజాద్ పట్టించుకోలేదు. చేయి కాలిందని స్నేహితులు చెప్పడంతో అతడి దృష్టి అటువైపు మళ్లింది. సహోద్యోగులు మందు వేయమని అడిగారు, కానీ ఆజాద్ తనకు కాలిన గాయం ఉంటే, అది దానంతటదే నయం అవుతుందని చెప్పాడు. దీంతో తోటి పిల్లలు చాలా ఆశ్చర్యపోయారు. అతను ఆజాద్ ముఖంలోకి చూస్తూ ఉండిపోయాడు. అలాంటి సాహసోపేతమైన కార్యకలాపాలు బాల్యం నుండి అతని స్వభావం, ఇది బహుశా అతని భవిష్యత్తు జీవితానికి సూచన.

తోబుట్టువులు

ఆజాద్ కంటే ముందు అతని తల్లికి నలుగురు కొడుకులు. వీరిలో సుఖ్‌దేవ్ మాత్రమే ప్రాణాలతో బయటపడ్డాడు, మిగిలిన ముగ్గురు ఆజాద్ పుట్టకముందే చనిపోయారు. ఆజాద్ బనారస్‌లో విద్యార్థిగా ఉన్నప్పుడు, అతని అన్నయ్య సుఖ్‌దేవ్ అతని గ్రామానికి సమీపంలో ఎక్కడో పోస్ట్‌మ్యాన్ అయ్యాడు. దీంతో ఆయన ఈ పదవికి రాజీనామా చేశారు. చికిత్స చేసినా ఫలితం లేకపోవడంతో 1925లో మరణించాడు. దీని తరువాత అతను తన తల్లిదండ్రులకు ఏకైక సంతానం వలె మిగిలిపోయాడు. బహుశా అతనికి అసలు చెల్లెలే లేరు. తన సోదరుడు మరణించే సమయంలో ఆజాద్ కనిపించకుండా పోయాడు.

విద్య గ్రాడ్యుయేషన్

అత్యంత పేదరికం కారణంగా, పండిట్ సీతారాం తివారీ తన కుమారులకు విద్యను ప్రారంభించలేకపోయారు. అతని విద్యాభ్యాసం గ్రామంలోని పాఠశాలలోనే ప్రారంభమైంది. ప్రభుత్వ ఉద్యోగంలో పనిచేస్తున్న శ్రీ మనోహర్‌లాల్ త్రివేది అనే పెద్దమనిషి ఆ రోజుల్లో సుఖ్‌దేవ్ మరియు చంద్రశేఖర్ ఆజాద్‌లకు తన ఇంట్లో పాఠాలు చెప్పేవాడని శ్రీ మన్మథనాథ్ గుప్త్ రాశారు. ఆ సమయంలో సుఖ్‌దేవ్‌కి పదమూడు-పద్నాలుగేళ్లు, ఆజాద్‌కి ఎనిమిదేళ్లు. శ్రీ త్రివేది యొక్క ప్రకటనను ఉటంకిస్తూ, అతను ఇలా వ్రాశాడు-

"సుఖ్‌దేవ్‌కి పదమూడు-పద్నాలుగేళ్లు మరియు చంద్రశేఖర్‌కి ఏడేళ్ల-ఎనిమిదేళ్ల వయస్సు ఉన్నప్పుడు, నేను వారికి నేర్పించాను. ఆజాద్ చిన్నతనం నుండి న్యాయాన్ని ప్రేమించేవాడు మరియు ఉన్నత మనస్తత్వం కలిగి ఉండేవాడు. నేను బోధిస్తున్నప్పుడు, నేను ఉద్దేశపూర్వకంగా అతను ఒక మాట తప్పుగా మాట్లాడాను. దీనిపై ఆజాద్

బోధించేటప్పుడు భయపెట్టడానికి, బెదిరించడానికి నా దగ్గర ఉంచుకున్న బెత్తం ఎత్తుకుని నాకు రెండు బెత్తాలు ఇచ్చాడు.ఇది చూసిన తివారీజీ పరుగున వచ్చి ఆజాద్‌ని కొట్టడానికి ప్రయత్నించాడు, నేను అతనిని ఆపాను.అడిగితే ఆజాద్ సమాధానం - "మా తప్పు వల్ల వాళ్ళు నన్ను, మా అన్నయ్యని కొట్టారు, వాళ్ళ తప్పు వల్ల నేను వాళ్ళని చంపాను."

దీని తరువాత, శ్రీ. త్రిపేది నాగ్‌పూర్ తహసీల్‌కు బదిలీ చేయబడ్డారు, అప్పుడు కూడా అతను ఆజాద్ ఇంటిని సందర్శించడం కొనసాగించాడు. నాలుగు-ఐదు సంవత్సరాల తరువాత, అతను మళ్లీ భభారా సమీపంలోని ఖట్టాలి గ్రామానికి బదిలీ చేయబడ్డాడు, ఆ తర్వాత త్రివేదీజీ ఆజాద్‌ను తన వద్ద ఉంచుకుని అతనికి నేర్పించాడు, ఎందుకంటే సీతారాం తివారీ పిల్లవాడికి నేర్పించే స్థితిలో లేరు. ఆజాద్ శ్రీ మనోహర్‌లాల్ త్రివేదితో కొంతకాలం గడిపారు. ఒక సంవత్సరం తర్వాత అతని అంత్యక్రియలు జరిగాయి. ఈ సందర్భంగా ఆయన త్రివేదీ జీతో కలిసి భాభారాకు వెళ్లారు. ఖత్తాలీలోనే నాలుగో తరగతి వరకు విద్యనభ్యసించాడు.

ఈ రోజుల్లో, కాన్పూర్ నివాసి శ్రీ సీతారాంజీ అగ్నిహోత్రి, అలీరాజ్‌పూర్ తహసీల్‌లో తహసీల్దార్‌గా ఉన్నారు మరియు శ్రీ మనోహర్‌లాల్ త్రివేది కూడా అలీరాజ్‌పూర్ వచ్చారు. ఒకసారి చంద్రశేఖర్ ఆజాద్ ఆయనను కలవడానికి అలీరాజ్‌పూర్‌కు వెళ్లి ఎదురుగా ఉన్నాడు. ఆజాద్‌కు ఉద్యోగం ఇప్పించాలని తహసీల్దార్‌కు విన్నవించారు. తహసీల్దార్ శ్రీ అగ్నిహోత్రి కూడా ఆజాద్ కుటుంబానికి చెందినవారే.

అతని నిజాయితీ మరియు ఆర్థిక పరిస్థితి గురించి తెలుసు. అందువల్ల, అతను అలీరాజ్‌పూర్ తహసీల్‌లోనే ఆజాద్‌ను నియమించాడు. ఈ సమయంలో అతని వయస్సు దాదాపు పద్నాలుగు సంవత్సరాలు. ఆజాద్ దాదాపు ఏడాదిపాటు ఇక్కడ పనిచేశాడు. ఈ రోజుల్లో అతనికి ఒక వ్యాపారవేత్త పరిచయం అయ్యాడు; బనారస్ నివాసి మరియు ముత్యాల వ్యాపారానికి సంబంధించి అలీరాజ్‌పూర్‌కు వచ్చారు. అతనితోపాటు ఆజాద్ పారిపోయాడు. ఉద్యోగానికి రాజీనామా కూడా చేయలేదు. బహుశా చంద్రశేఖర్ ఆజాద్‌కి ఈ సంచరించే వ్యాపారవేత్త జీవితం బాగా నచ్చి ఉండవచ్చు; తాను ఏ బంధానికి కట్టుబడి ఉండకూడదనుకున్నాడు. అతను ఆ వ్యక్తితో వెళ్లినప్పుడు, అతను అతనిని విడిచిపెట్టాడు. ఇప్పుడు అతను జీవనోపాధి సమస్యను ఎదుర్కొంటున్నాడు, కాబట్టి అతను బొంబాయి రేవులలో పని చేయడం ప్రారంభించాడు. ఉద్యోగం వచ్చిన తర్వాత కూడా వంట సమస్య ఉండేది, ఎందుకంటే ఇప్పటి వరకు అతను సనాతన బ్రాహ్మణుడు. సొంత ఆహారాన్ని వండుకునే అవాంతరాలు లేకుండా ఉండాలంటే, మొదటి కొన్ని రోజులు కాల్చిన శెనగతో జీవించాలి, కానీ తరువాత దాబాలలో తినడం ప్రారంభించాడు. సాయంత్రం సినిమాకి

వెళ్లేవాళ్లం, అక్కడి నుంచి వచ్చేశాక త్వరగా నిద్రపోతాం. ఈ జీవితం కూడా చాలా బోరింగ్ మరియు తక్కువ స్థాయి. తను ఇక్కడే ఉండి ఉంటే ఎప్పటికీ పోర్టర్‌గానే ఉండాల్సి వచ్చేది కాబట్టి బొంబాయి వదిలి వెళ్లిపోవాలని భావించాడు.

బహుశా, ఇంతకు ముందు అతను బనారస్ వెళ్లి సంస్కృతం చదవాలనే కోరికను తన తండ్రికి వ్యక్తం చేశాడు, కాని కొన్ని తెలియని కారణాల వల్ల లేదా తన స్వంత బలవంతం వల్ల, అతను దానికి తన తండ్రి సమ్మతిని పొందలేకపోయాడు. ఈసారి చంద్రశేఖర్ ఆజాద్‌ను అడ్డుకునే వారు లేరు. అతను బొంబాయి వదిలి నేరుగా బనారస్ వెళ్ళాడు. అక్కడ సంస్కృత పాఠశాలలో అడ్మిషన్ తీసుకుని బసకు ఏర్పాట్లు కూడా చేశారు. అనంతరం ఈ విషయమై తన ఇంటికి లేఖ రాశారు.

చంద్రశేఖర్ ఆజాద్ సంస్కృతం చదవడానికి బనారస్ వెళ్ళాడు; ఇది చాలా వివాదాస్పదమైనది, అయితే అతను స్వయంగా బనారస్ వెళ్లాడా లేదా పంపబడ్డాడా అనే విషయంలో రెండు అభిప్రాయాలు ఉన్నాయి. మొదటి అభిప్రాయం ప్రకారం, పైన వివరించినట్లుగా, అతను స్వయంగా పారిపోయి బనారస్ చేరుకున్నాడు. రెండవ అభిప్రాయం ప్రకారం, అతని తండ్రి స్వయంగా అతన్ని బనారస్‌కు పంపారు, ఆజాద్‌కు అక్కడికి వెళ్లడానికి కోరిక లేదు. స్వంతం

పేదరికం కారణంగా, పండిట్ సీతారాం తివారీకి తన కొడుకును చదివించడం సాధ్యం కాలేదు, కానీ అతనికి చదువు చెప్పించడం తన కర్తవ్యంగా భావించాడు. అప్పుడు ఏమి చేయాలి; చాలా చర్చల తరువాత, అతను తన కొడుకును బనారస్ పంపాలని నిర్ణయించుకున్నాడు. ఇది తప్ప వేరే ఆప్షన్ లేదు. ప్రాచీన కాలం నుండి సంస్కృత అధ్యయనానికి బనారస్ కేంద్రంగా ఉంది. నేటికీ చాలా మంది పండితులు ప్రాచీన గురుకుల సంప్రదాయం ప్రకారం విద్యార్థులకు ఉచితంగా బోధిస్తున్నారు. దీనితో పాటు, వారి సంస్కృతిని ఇష్టపడే వ్యక్తులు సాంప్రదాయకంగా సంస్కృతం చదువుతున్న విద్యార్థులకు, ముఖ్యంగా బ్రాహ్మణ విద్యార్థులకు ఉచిత అధ్యయనాలతో పాటు ఉచిత భోజనం మరియు వసతి సౌకర్యాలను అందించారు. ఈ సంప్రదాయం నేటికీ కొనసాగుతోంది. కాలానుగుణంగా, మతాన్ని ప్రేమించే ప్రజలు ఈ విద్యార్థులకు బట్టలు, దక్షిణ మరియు ఇతర ఆర్థిక సహాయం కూడా అందిస్తారు. బనారస్ యొక్క ఈ సౌకర్యాలు మరియు అతని ఆర్థిక స్థితిని చూసిన పండిట్ సీతారాం తివారీ, బాల చంద్రశేఖర్‌ను సంస్కృతం చదవడానికి బనారస్‌కు పంపారు.

మొదటి సారి ఇంటికి దూరంగా కొత్త వాతావరణంలో ఉండడం అతనికి నచ్చలేదు. ప్రస్తుతం అతని పరిస్థితి ఏమిటి? అతని చిన్నారి మనసు తిరుగుబాటు చేసింది. అతను

అక్కడి నుండి పారిపోయి తన మామ నివసించే అలీరాజ్‌పూర్ రాష్ట్రానికి చేరుకున్నాడు. ఆడపిల్ల, నిర్భయ పిల్లవాడు చంద్రశేఖర్‌కి ఇక్కడి భిల్లుల మద్దతు లభించింది. అతను ఈ సంస్థను చాలా ఇష్టపడ్డాడు. వారి మధ్య జీవించడం ప్రారంభించారు. భిల్లులతో నివసిస్తున్నప్పుడు, అతను వారి నుండి విల్లు మరియు బాణం ఉపయోగించడం నేర్చుకున్నాడు. బాణాలతో గురిపెట్టడంలో నిష్ణాతుడయ్యాడు.

ప్రతి సమాజానికి దాని స్వంత సంప్రదాయాలు ఉన్నాయి. అదేవిధంగా, భిల్ సమాజంలో కూడా, నేరస్థులను బాణాలతో కాల్చి శిక్షించే సంప్రదాయం ఉంది. ఒకప్పుడు ఒక భిల్ చెడ్డ స్వభావాన్ని ఆరోపిస్తూ బాణంతో కాల్చి శిక్షించబడ్డాడు. ఇంతలో చిన్నారి చంద్రశేఖర్ కూడా అక్కడికి చేరుకున్నాడు. భిల్స్ నియమాల ప్రకారం, అటువంటి సమయంలో అక్కడికి చేరుకునే ఏ వ్యక్తి అయినా లక్ష్యాన్ని తీసుకోవచ్చు. చంద్రశేఖర్‌ని కూడా బాణంతో గురిపెట్టమని అడిగారు, అతని లక్ష్యం ఖచ్చితమైనది. వారి బాణాలు దోషి కళ్లకు తగిలి అతని రెండు కళ్లూ పోయాయి. ఈ మొత్తం ఘటన గురించి అతని మామయ్యకు సమాచారం అందింది. చంద్రశేఖర్‌పై ఆగ్రహం వ్యక్తం చేశారు. చంద్రశేఖరుని భిల్లులు అతనికి ఇచ్చారు

కంపెనీలో కొనసాగడం సరికాదనిపించింది. ఇది తన (చంద్రశేఖర్) జీవితాన్ని నాశనం చేస్తుందని అతను తన మనస్సులో భావించాడు. ఫలితంగా చంద్రశేఖర్‌ని మళ్లీ బనారస్‌కు పంపించాడు.

ఈసారి చంద్రశేఖర్ తెలివిగా వ్యవహరించాడు. అతను శ్రద్ధగా అధ్యయనం చేయడం ప్రారంభించాడు, కాని అతనికి సంస్కృత వ్యాకరణం యొక్క అధ్యయనం ఆసక్తికరంగా అనిపించలేదు ఎందుకంటే కంఠస్థం మీద ప్రాధాన్యత ఉంది. ఇక్కడ అతను సంస్కృత భాష, దాని వ్యాకరణం మొదలైన వాటిపై సాధారణ అధ్యయనం చేశాడు. ఇక్కడ అతను ధర్మశాలలో నివసించాడు. ధర్మశాల ద్వారా భోజనం తదితర ఏర్పాట్లు కూడా చేశారు.

చంద్రశేఖర్ చిన్నప్పటి నుంచి ఆడుకునే స్వభావం. ఒక చోట ఎక్కువసేపు ఉండడం అతనికి ఇష్టం లేదు. అందుకే కొన్నిసార్లు గంగానదిలోకి ప్రవేశించి గంటల తరబడి ఈదుతూ ఉండేవాడు. కొన్నిసార్లు రామాయణం, మహాభారతం లేదా ఏదైనా పురాణం కథలో కూర్చుని కథ వింటూ ఉండేవాడు. అతను చిన్నప్పటి నుండి ధైర్యవంతులు, దేశభక్తులు మొదలైన వారి కథలు వినడానికి ఆసక్తి చూపేవారు.

విద్యార్థి జీవితం నుంచి రాజకీయాల వరకు

చంద్రశేఖర్ బనారస్‌లో చదువుతున్నప్పుడు, మహాత్మా గాంధీ భారత రాజకీయాల్లోకి ప్రవేశించారు. దీనితో పాటు, భారతదేశం అంతటా విప్లవకారుల కార్యకలాపాలు కూడా

పెరగడం ప్రారంభించాయి. బ్రిటీష్ ప్రభుత్వం భారతీయులను అణచివేయడానికి ఒక కమిటీని ఏర్పాటు చేసింది, దీని ఛైర్మన్ జస్టిస్ A.S.T. రౌలెట్ ఉంది మరియు ఇది క్రింది నాలుగు కలిగి ఉంది

ఇతర సభ్యులు-

1. బాసిల్ స్కాట్, ప్రధాన న్యాయమూర్తి, బాంబే హైకోర్టు.
2. కుమార్ స్వామి శాస్త్రి, న్యాయమూర్తి, మద్రాసు హైకోర్టు.
3. వెర్నే లావెట్, బోర్డ్ ఆఫ్ రెవెన్యూ, U.P. సభ్యుడు.
4. ప్రభాత్ చంద్ర మిత్ర, న్యాయవాది హైకోర్టు, కలకత్తా.

ఈ కమిటీని ఏర్పాటు చేస్తున్నప్పుడు, దాని రెండు లక్ష్యాలు చెప్పబడ్డాయి – భారతదేశంలో విప్లవాత్మక కార్యకలాపాల గురించి పూర్తి సమాచారాన్ని పొందడం మరియు వాటిని అణిచివేసేందుకు చట్టాలు చేయడం.

భారతీయుల స్వాతంత్ర్య స్వరాన్ని అణచివేయడమే దీని లక్ష్యం అని స్పష్టంగా తెలుస్తోంది, అయితే సంస్కరణల కోసం ఈ కమిటీని ఏర్పాటు చేసినట్లు ప్రభుత్వం వాదించింది. ఈ కమిటీ డిసెంబర్ 10, 1917న ఏర్పాటైంది. చివరికి రెండు వందల ఇరవై ఆరు పేజీల నివేదికను అందించింది. ఈ నివేదిక ద్వారా భారతీయుల స్వేచ్ఛ మరియు హక్కులు మరింత హరించబడ్డాయి. ఈ నివేదిక విప్లవ ఉద్యమాన్ని అణచివేయడమే కాకుండా రాజకీయ ఉద్యమాలను అణచివేయడమే దీని లక్ష్యం. ఈ కమిటీ పేరు 'విద్రోహ' కమిటీ, కాబట్టి దీని ద్వారా రాజకీయ ఉద్యమాలను కూడా దేశద్రోహం అని పిలిచి అణచివేయవచ్చు. పోలీసుల అభిప్రాయాల మేరకే ఈ నివేదికను రూపొందించారు. ఇందులో అతివాద కాంగ్రెస్‌లు లోకమాన్య బాలగంగాధర్ తిలక్, బిపిన్ చంద్ర పాల్ మొదలైనవారు మరియు చఫేకర్ సోదరులు, ఖుదీరామ్ బోస్ మొదలైన విప్లవకారులను సమానంగా పరిగణించారు. హింస మరియు అహింస మొదలైనవాటిని పరిగణించలేదు.

రౌలత్ కమిటీ సిఫార్సులు

ఈ కమిటీ పోలీసులకు విస్తృత అధికారాలను ఇచ్చింది. పోలీసులు ఎప్పుడైనా, ఎక్కడ కావాలంటే అప్పుడు నిర్బంధించవచ్చు, అరెస్టు చేయవచ్చు, శోధించవచ్చు మరియు బెయిల్ కోసం అడగవచ్చు. ఆ విధంగా, తగిన సాక్ష్యాధారాలు లేకుండా నిందితులను వీలైనంత త్వరగా శిక్షించేలా ఈ కమిటీ సిఫార్సులు ఉన్నాయి. ఈ సిఫార్సులను ప్రభుత్వం ఆమోదించింది మరియు ఈ సిఫార్సులను రౌలత్ బిల్లు అని పిలిచారు.

రౌలత్ చట్టానికి వ్యతిరేకంగా దేశవ్యాప్త నిరసనలు

1919 ప్రారంభంలో ఈ నివేదిక ప్రచురించబడిన వెంటనే, దేశవ్యాప్తంగా అసంతృప్తి వ్యాపించింది. దీనిని భారతీయుల ప్రాథమిక హక్కులపై దాడి అని కాంగ్రెస్ వ్యతిరేకించింది. ఈ బిల్లుకు నిరసనగా మహాత్మా గాంధీ దేశవ్యాప్తంగా సత్యాగ్రహాన్ని హెచ్చరించి మార్చి 30, 1919న దేశవ్యాప్త సమ్మెకు పిలుపునిచ్చారు. మళ్లీ ఏప్రిల్ 6కి మార్చినప్పటికీ, సమాచారం లేకపోవడంతో మార్చి 30న మాత్రమే ఢిల్లీలో సమ్మె విజయవంతమైంది. ఒక భారీ ఊరేగింపు ఆర్యసమాజ్ అధినేత స్వామి శ్రద్ధానంద్ నేతృత్వంలో దీన్ని బయటకు తీశారు. శ్వేత సైనికులు స్వామీజీని కాల్చివేస్తామని బెదిరించారు, కానీ స్వామీజీ దీనికి ఏమాత్రం చలించలేదు. అతను ముందుకు సాగడం కొనసాగించాడు. ఢిల్లీ రైల్వే స్టేషన్‌లో పోలీసులు కాల్పులు జరిపారు, ఫలితంగా ఐదుగురు మరణించారు మరియు ఇరవై మంది గాయపడ్డారు. దేశంలోని స్వాతంత్ర్య ప్రేమికులు బానిస సంకెళ్లను తెంచుకోవాలనుకున్నారు. ప్రభుత్వం వారిని అణిచివేయాలని భావించింది. ఏం చేయాలో అతనికి అర్థం కాలేదు?

ఢిల్లీలో జరిగిన ఈ ఉద్యమంలో హిందువులు, ముస్లింల అపూర్వ ఐక్యత కనిపించింది. ఇద్దరూ భుజం భుజం కలిపి ఈ ఉద్యమాన్ని విజయవంతం చేశారు. హిందువులు ముస్లింల చేతుల నుండి బహిరంగంగా నీటిని తాగారు మరియు ఏప్రిల్ 4, 1919న స్వామి శ్రద్ధానంద్ ఢిల్లీలోని రాయల్ జామా మసీదు యొక్క పల్పిట్ నుండి వేద మంత్రాలను పఠిస్తూ ప్రసంగం చేశారు. నిస్సందేహంగా ఇది భారతదేశ చరిత్రలో అపూర్వమైన సంఘటన; ప్రకాశవంతమైన చారిత్రక అంశం ఉంది.

ఈ బిల్లును ఢిల్లీలోనే కాకుండా దేశవ్యాప్తంగా వ్యతిరేకించారు. 1919లో అమృత్‌సర్‌లో కాంగ్రెస్ సమావేశం జరగబోతోంది. దాని సన్నాహాలను డాక్టర్ కిచ్లూ మరియు సత్యపాల్ చేస్తున్నారు. ప్రభుత్వం వారిద్దరినీ అరెస్ట్ చేసి ఎక్కడో తెలియని ప్రాంతానికి పంపించింది. కారణం తెలుసుకునేందుకు ప్రజానీకం మేజిస్ట్రేట్‌ను కలిసేందుకు బయలుదేరగా, దారిలో పోలీసులు అడ్డుకున్నారు. ఇంతలో, హింసాత్మక అల్లర్లు చెలరేగాయి, అందులో ఐదుగురు శ్వేతజాతీయులు మరణించారు. చాలా ఇళ్లకు నిప్పు పెట్టారు. ప్రజల్లో ఆగ్రహానికి అవధులు లేవు. గుజ్రాన్‌వాలా, కసూర్‌లలో కూడా హింసాత్మక సంఘటనలు జరిగాయి. గాంధీజీని అమృత్‌సర్‌కు రావాలని డాక్టర్ సత్యపాల్‌కు లేఖ రాశారు. అతను ఏప్రిల్ 8న పంజాబ్ వెళ్లాడు. దారిలో పాల్వాల్ స్టేషన్‌లో అరెస్ట్ చేసి బొంబాయికి పంపించారు. రౌలత్ బిల్లుకు వ్యతిరేకంగా పంజాబ్ అంతటా ఊరేగింపులు జరిగాయి. వీధుల్లో మూడు మైళ్ల పొడవునా ఊరేగింపులు కనిపించాయి. వీధి నిరసనకారుల నుండి అవి కిటకిటలాడాయి. నల్లజెండాలు

ప్రదర్శించారు. ప్రదర్శనలు సమ్మె కూడా జరిగింది. ఈ సమ్మె ఏడు రోజుల పాటు కొనసాగింది. పోలీసు

బలవంతంగా దుకాణాలు తెరుస్తారు, కానీ పోలీసులు వెళ్లిన వెంటనే దుకాణాలు మళ్లీ మూసివేయబడతాయి. లాహోర్‌లో సమ్మె సందర్భంగా మార్కెట్ వీధుల్లో ఆహారాన్ని వండారు. శ్రామికులకు మరియు వేతనాలపై ఆధారపడిన ప్రజలకు ఆహారం లభించేలా మహిళలు ఇష్టపూర్వకంగా పని చేసేవారు. ప్రజలు తమ సంకుచిత ప్రయోజనాలను అధిగమించి దేశ ప్రయోజనాల కోసం ఉద్యమంలో పాల్గొన్నారు. ప్రతిచోటా 'రౌలెట్ బిల్, హాయ్-హాయ్' నినాదాలు లేవనెత్తారు, జార్జ్ V చక్రవర్తి దిష్టిబొమ్మలను దహనం చేశారు. పోలీసులు ఎప్పుడు కావాలంటే అప్పుడు పలుచోట్ల లాఠీచార్జి చేసేవారు. పోలీసులు కూడా చాలా చోట్ల కాల్పులు జరిపారు. త్వరితగతిన అరెస్టులు చేయడం మరియు మార్కెట్లలో బహిరంగంగా నిరసనకారులపై లాఠీచార్జ్ చేయడం సాధారణ విషయంగా మారింది. సమ్మె విరమించాలని, నిరసనలు ఆపాలని ప్రభుత్వం పోస్టర్లు అంటించగా, ప్రజలు వాటిని చించివేస్తారు.

జలియన్ వాలాబాగ్ ఘటన

ఏప్రిల్ 13, 1919 న, బైసాఖీ రోజున, పంజాబ్‌లోని అమృత్‌సర్‌లోని జలియన్‌వాలా బాగ్‌లో ఒక సమావేశం జరిగింది. పిల్లలు, యువకులు, పెద్దలు మరియు అన్ని వయసుల వృద్ధులు మరియు స్త్రీలతో సహా దాదాపు ఇరవై వేల మంది ప్రజలు హాజరైన రౌలత్ బిల్లును వ్యతిరేకించడం ఈ సమావేశం యొక్క ఉద్దేశ్యం. జలియన్‌వాలా బాగ్ చుట్టూ గోడలు ఉన్నాయి, ఒక వైపు మాత్రమే ఇరుకైన మార్గం ఉంది, దానిలోపల ఏ వాహనం కూడా వెళ్లలేదు.

ఈ సమావేశం ప్రశాంతంగా సాగింది. హన్సరాజ్ అనే వ్యక్తి ప్రసంగిస్తున్నాడు. ఇంతలో జనరల్ డయ్యర్ అక్కడికి వచ్చాడు. అతనితో పాటు యాభై మంది శ్వేతజాతీయులు మరియు వంద మంది భారతీయ సైనికులు ఉన్నారు. సైనికులను తోటకి ఒకవైపు నిలబెట్టి, నిరాయుధులైన ప్రజలపై కాల్పులు జరపమని ఆదేశించాడు. ప్రజల మధ్య తొక్కిసలాట జరిగింది, కానీ తప్పించుకునే మార్గం చాలా ఇరుకైనది. చాలా మంది తమ ప్రాణాలను కాపాడుకోవడానికి బావిలోకి దూకారు, ఇందులో చాలా మంది మరణించారు. రెండు మూడు నిమిషాల పాటు తూటాలు పేల్చి అమాయకుల రక్తంతో హోలీ ఆడారు. హింస యొక్క నగ్న ఉద్వేగం జరిగింది. ఈ విషయం గురించి శ్రీ మన్మథనాథ్ గుప్తా తన 'హిస్టరీ ఆఫ్ ది ఇండియన్ రివల్యూషనరీ మూవ్‌మెంట్'లో రాశారు -

"హంటర్ కమిషన్ ముందు జనరల్ డయ్యర్ ఇచ్చిన వాంగ్మూలం ప్రకారం, అతను మొదట ప్రజలను చెదరగొట్టమని కోరాడు మరియు రెండు-మూడు నిమిషాల్లో కాల్పులు జరిపాడు. ఇది నిజమని అంగీకరించినప్పటికీ, రెండు నిమిషాల్లో ఇరవై వేల మంది పురుషులు చంపబడ్డారు. ఇరుకైన మార్గం నుండి వారు బయటికి రాలేకపోయారు. జనరల్ డయ్యర్ ఆదేశాలు ఉన్నప్పటికీ, ప్రజలు పైకి లేవడానికి నిరాకరించారని భావించినప్పటికీ, వెయ్యి మంది పురుషులు ఉన్నందున ఏమి అవసరం లేదా విపత్తు ఏర్పడిందో అర్థం కాలేదు. ఏకాంతంగా చంపబడ్డాడు.ఈ సంఘటనకు కేవలం జనరల్ డయ్యర్ తలపై నిందలు వేయడం తప్పు, ఎందుకంటే బ్రిటీష్ సామ్రాజ్యవాదం ఇవన్నీ ప్లాన్ చేసింది, ఇది నాకు అర్థమైంది.విషయం ఏమిటంటే పంజాబ్ మొదటి నుండి బ్రిటిష్ వారిది. సామ్రాజ్యవాదం అత్యుత్తమ సైనికులను పొందుతోంది, అందుకే సహజంగానే ఈ ప్రావిన్స్‌లో ఎలాంటి సామరస్యం చెలరేగకూడదని ప్రభుత్వం కోరుకుంది.ఈ విషయంలో ప్రభుత్వం అభివృద్ధి చెందకముందే గోకడం అనే విధానాన్ని అవలంబించాలని భావించింది. జనరల్ డయ్యర్ అప్పటి వరకు కాల్పులు జరిపాడు. తన కోపమంతా చల్లారిపోయేంత వరకు అక్కడే ఉండి కమిషన్ ముందు చాలా అహంకారంతో ఇలా అన్నాడు.. ఎందుకు చెప్పడు, అతనికి ఎలాంటి భయం లేదు."

ఈ ఘటనలో మొత్తం పదహారు వందల బుల్లెట్లు పేలాయి. ప్రభుత్వ నివేదిక ప్రకారం, నాలుగు వందల మంది మరణించారు మరియు సుమారు రెండు వేల మంది గాయపడ్డారు. ఇటువంటి సంఘటనలలో, ప్రభుత్వ నివేదిక సాధారణంగా తప్పుగా ఉంటుంది, కాబట్టి ఈ నివేదిక కూడా సరైనది కాదు. తరువాత, కాంగ్రెస్ దానిపై దర్యాప్తు చేయడానికి ఒక కమిషన్‌ను ఏర్పాటు చేసింది, దీని నివేదిక ప్రకారం చనిపోయిన మరియు గాయపడిన వారి సంఖ్య ప్రభుత్వ నివేదిక కంటే దాదాపు రెట్టింపు.

ఈ ఘటన తర్వాత కూడా ప్రభుత్వ దౌర్జన్యం తగ్గలేదు. అమృత్‌సర్‌కు నీరు మరియు విద్యుత్ సరఫరా నిలిపివేయబడింది, రోడ్డుపై నడిచే ప్రజలను బెత్తంతో కొట్టారు మరియు వారి ఛాతీపై క్రాల్ చేయవలసి వచ్చింది. సైనిక చట్టం ప్రకారం, సైనికుల ఇష్టానికి అనుగుణంగా దుకాణాల్లో వస్తువుల ధరలు నిర్ణయించబడ్డాయి. వందలాది మందిని అరెస్టు చేసి జైళ్లకు పంపారు. పంజాబ్ గవర్నర్ మైఖేల్ ఒడ్వైర్ జనరల్ డయ్యర్ యొక్క ఈ పనిని ప్రశంసించారు. శ్రీ మన్మథనాథ్ గుప్తా ఈ క్రింది పదాలలో సైనిక పాలన యొక్క ఈ దురాగతాలను వివరించారు-

"పంజాబ్‌లోని ఇతర ప్రాంతాలలో కూడా, భయంకరమైన దారుణాలు జరిగాయి, దాని వర్ణన గూస్‌బంప్‌లను ఇస్తుంది. కొన్ని చోట్ల, బాంబులు విసరబడ్డాయి. చాలా చోట్ల, ప్రతి

భారతీయుడు ప్రతి తెల్లవాడికి సెల్యూట్ చేయాలని నియమం పెట్టారు. కొన్ని చోట్ల, - ఎక్కడో హిందువుని, ముస్లిమ్‌ని కట్టి ఊరేగించారు.. ముస్లింల ఐక్యతను అపహాస్యం చేయడమే ప్రభుత్వ ఉద్దేశం.. కసూర్‌లో నూటయాభై మందిని ఇలా నడిచేలా చేసిన పెద్ద బోనుని తయారు చేశాడు ఇన్‌ఛార్జ్. బహిరంగంగా కోతులు.. మూసి ఉంచారు.. కల్నల్ జాన్సన్ సాహెబ్ పెళ్లి పీటలు పట్టి బెత్తం కొట్టారు.. కొన్ని చోట్ల మంచి మనుషులను వేశ్యల ముందు బెత్తం కొట్టారు.. వీధుల్లో తిరిగే వాళ్లను కూలి పని చేసేలా చేశారు. స్కూల్ కుర్రాళ్ళు పగటిపూట నిద్రపోకూడదని, వచ్చి బ్రిటీష్ జెండాకు మూడుసార్లు వందనం చేయమని, పిల్లలు ఎప్పుడూ నేరం చేయబోమని ప్రతిజ్ఞ చేయించి, పశ్చాత్తాపపడేలా చేశారు.లాలా హరికిషన్ లాల్ నలభై లక్షల రూపాయలు జప్తు చేసి శిక్ష విధించారు నల్లనీరు. ఈ దారుణాలు ఎక్కడ ఉన్నాయి? వివరించాలి."

పంజాబ్‌లో జరిగిన ఈ సంఘటనలు భారతదేశమంతటా శాంతి వాతావరణాన్ని సృష్టించాయి. ఈ సంఘటనలన్నీ చంద్రశేఖర్‌కి తెలియనివి కావు. ఇన్ని ఘటనలు, బ్రిటీష్ వారి దౌర్జన్యాలకు కిషోర్ చంద్రశేఖర్ రక్తం మరుగుతోంది. అతని గుండెలో ప్రతీకార మంట రాజుకోవడం ప్రారంభించింది. ఈ సమయంలో అతని వయస్సు దాదాపు పద్నాలుగు సంవత్సరాలు.

చంద్రశేఖర్ నుండి లాఠీలతో కూడిన శిక్ష మరియు స్వేచ్ఛ

అమృత్‌సర్ తర్వాత రెండవ సంవత్సరంలో, 1920లో, కలకత్తాలో కాంగ్రెస్ సమావేశం జరిగింది.. ఇది లాలా లజపత్ రాయ్ ప్రత్యేక సెషన్ ఛైర్మన్‌గా చేశారు. ఈ సెషన్‌లో ప్రభుత్వానికి సహకరించకపోవడం ప్రతిపాదన ముందుకు వచ్చింది. దేశబంధు చిత్తరంజందాస్, మహామన మదన్మోహన్ అయినప్పటికీ మాలవ్య, బిపిన్ చంద్ర పాల్ వంటి పాత నాయకులు ఈ ప్రతిపాదనను వ్యతిరేకించారు . ఈ ప్రతిపాదన కూడా ఆమోదం పొందింది. అదే సంవత్సరంలో, నాగ్‌పూర్‌లో కాంగ్రెస్ వార్షిక సమావేశం జరిగింది, దీని అధ్యక్షుడు విజయ్ రాఘవాచార్య. ఈ సెషన్‌లో కూడా ఈ ప్రతిపాదనను అత్యధిక మెజారిటీతో ఆమోదించారు.

1921 ప్రారంభంలో, మహాత్మా గాంధీ నాయకత్వంలో దేశవ్యాప్తంగా సహాయ నిరాకరణ ఉద్యమం ప్రారంభమైంది. ఈ సహాయ నిరాకరణ ఉద్యమ తుఫాను తన పూర్తి వేగంతో దేశమంతటా వ్యాపించింది. విదేశీ బట్టల హోలీ భోగి మంటలను తగులబెట్టారు. న్యాయవాదులు కోర్టులను బహిష్కరించారు. ప్రభుత్వ, ప్రభుత్వ ఎయిడెడ్ పాఠశాలలను విద్యార్థులు బహిష్కరించడం ప్రారంభించారు. విదేశీ వస్తువుల దుకాణాల వద్ద

ఆందోళనకారులు ధర్నాలు చేసేవారు. వివిధ చోట్ల సమావేశాలు నిర్వహించారు. ఊరేగింపులు చేపట్టారు. ప్రభుత్వానికి అన్ని రకాల సహాయ సహకారాలు అందించాలని నాయకులు ప్రజలకు పిలుపునిచ్చారు.

మొత్తం దేశం వలె, బనారస్ కూడా ఈ ఉద్యమంతో అస్పష్టంగా ఉండలేకపోయింది. ఈ ఉద్యమంలో పలువురు విద్యార్థులు పాల్గొన్నారు. చదువు మానేశాడు. దాదాపు ఎల్లప్పుడూ ప్రదర్శనలు జరిగాయి, సమావేశాలు జరిగాయి మరియు దేశవ్యాప్తంగా నినాదాలు ప్రతిధ్వనించాయి. సహాయ నిరాకరణ ఉద్యమంలో పాల్గొన్న వారిపై పోలీసులు లాఠీచార్జి చేశారు. చంద్రశేఖర్ సమావేశాలకు హాజరవుతారు, ప్రసంగాలు వింటారు మరియు పోలీసుల దౌర్జన్యాలను చూసేవారు. ఈ విషయాలన్నీ అతని టీనేజ్ మనసును కదిలించాయి. పోలీసుల దౌర్జన్యాలు చూసి మనసు విలవిల్లాడిపోయి మొదటి నుంచి స్వాతంత్ర్య ప్రియుడే. కాబట్టి నన్ను నేను ఆపుకోలేకపోయాను. చదువుకు దూరమై సహాయ నిరాకరణోద్యమంలో పాల్గొన్నారు. ప్రస్తుతం అతని వయస్సు కేవలం పదిహేనేళ్లు మాత్రమే.

ఒకరోజు కొందరు ఆందోళనకారులు విదేశీ బట్టల దుకాణం వద్ద నిరసన తెలిపారు. ఇంతలో పోలీసులు వచ్చారు. ఒక పోలీసు ఇన్‌స్పెక్టర్ లాఠీలతో నిరసనకారులను కొట్టడం ప్రారంభించాడు. వారిని దారుణంగా కొట్టాడు. ఈ దారుణం చంద్రశేఖర్‌కు కనిపించలేదు. అతను తనను తాను నియంత్రించుకోలేకపోయాడు. పక్కనే ఒక రాయి పడి ఉంది. ఆ రాయిని దూరం నుంచి ఇన్ స్పెక్టర్ నుదిటిపై విసిరాడు. లక్ష్యం ఖచ్చితమైనది. ఇన్స్పెక్టర్ నుదుటికి పగుళ్లు రావడంతో అతను నేలపై పడిపోయాడు. చంద్రశేఖర్ ఇలా చేయడం మరో సైనికుడు చూశాడు. ఈ విషయం చంద్రశేఖర్‌కు కూడా తెలియడంతో పోలీసుల కళ్లు గప్పి కాపాడుకునేందుకు జనం నుంచి పారిపోయాడు.

ఒక సైనికుడు అతన్ని పట్టుకోవడానికి ప్రయత్నించాడు, కానీ అతను పట్టుకోలేకపోయాడు.

చంద్రశేఖర్ నుదుటిపై చందనపు ముద్ద ఉంది. అతను రాళ్లు రువ్వడం చూసిన సైనికుడు అతన్ని గుర్తించాడు. అందుకని మరికొందరు సైనికులను వెంటబెట్టుకుని వారిని వెతకడానికి బయలుదేరాడు. వారు దొరికే అవకాశం ఉన్న అన్ని ధర్మశాలలు, పాఠశాలలు మరియు ఇతర ప్రదేశాలలో సోదాలు నిర్వహించారు. ఎట్టకేలకు పోలీసులు చంద్రశేఖర్ బస చేసిన ధర్మశాలకు కూడా చేరుకున్నారు. పోలీసు కానిస్టేబుల్ గదిలోకి ప్రవేశించాడు. లోకమాన్య తిలక్, లాల్ లజపతిరాయ్, మహాత్మా గాంధీ మొదలైన జాతీయ నాయకుల చిత్రాలు ఉన్నాయి. చంద్రశేఖర్‌ని అరెస్టు చేశారు. ఆయన చేతులకు సంకెళ్లు వేశారు. పోలీసులు అతనిని తమతో తీసుకెళ్లారు, కానీ చంద్రశేఖర్ దీనికి ఏమాత్రం భయపడలేదు

లేదా కలవరపడలేదు. పోలీసు స్టేషన్‌కు తీసుకెళ్లి జైలులో పెట్టారు. లాక్ అప్ యొక్క చాలా మంది సత్యాగ్రహులు జంతువుల వంటి చిన్న గదులలో బంధించబడ్డారు. గాలి, నీటికి సరైన ఏర్పాట్లు లేవు. అది చలికాలపు రాత్రి. జైలులో ఉన్న చంద్రశేఖర్‌కు పడుకోవడానికి ఎలాంటి కవచం, మంచం ఇవ్వలేదు. బహుశా ఈ బాలుడు చలికి భయపడిపోయి క్షమాపణలు చెబుతాడని పోలీసులు భావించి ఉండవచ్చు.

కానీ అలాంటిదేమీ జరగలేదు. బాలుడు ఏమి చేస్తున్నాడో చూడడానికి, ఒక పోలీసు ఇన్స్పెక్టర్ అర్ధరాత్రి అతని గది దగ్గరకు వచ్చాడు. బహుశా చంద్రశేఖర్ చలికి వణుకుతున్నాడని మనసులో అనుకుంటూ ఉండొచ్చు. ఇన్స్పెక్టర్ తాళం తెరిచి లోపలికి వెళ్ళాడు, కానీ ఏమి! చంద్రశేఖర్‌ని చూసి ఆశ్చర్యపోయాడు. చలిని ఎదుర్కోవడానికి చంద్రశేఖర్ ఒక పరిష్కారాన్ని కనుగొన్నాడు; అతను వ్యాయామం (శిక్ష) చేస్తున్నాడు, ఫలితంగా, చలిలో వణుకు లేదా వణుకు బదులుగా, అతని శరీరం నుండి చెమట కారుతోంది. ఇది చూసిన ఇన్‌స్పెక్టర్ ఒక్కసారిగా తన కళ్లను తానే నమ్మలేకపోయాడు, కానీ వాస్తవం అతని ముందు ఉంది. వ్యూహం, కృషి ముందు ఏ విపత్తు నిలబడదని చంద్రశేఖర్ నిరూపించారు. పోలీసు ఇన్‌స్పెక్టర్ వెనక్కి తిరిగాడు.

మరుసటి రోజు చంద్రశేఖర్‌ను మేజిస్ట్రేట్ ముందు కోర్టుకు తరలించారు. అతని వయస్సులో ఉన్న మరికొందరు అబ్బాయిలను కూడా అరెస్టు చేశారు. వారిని కూడా కోర్టుకు తరలించారు. మేజిస్ట్రేట్ ఖరేఘాట్ ఒక పార్సీ. అతను బనారస్ రాజకీయ వ్యవహారాలతో వ్యవహరించేవాడు, కాని రాజకీయ ఖైదీల ప్రాముఖ్యతను తగ్గించడానికి, రహదారిపై ట్రాఫిక్‌ను నిలిపివేసినందుకు సెక్షన్ 107 కింద శిక్షించబడ్డాడు. ఖరేఘాట్ కఠిన శిక్షలు విధించడంలో పేరుగాంచింది. చంద్రశేఖర్ చిన్న విద్యార్థి. సంస్కృతం చదువుతున్న విద్యార్థులు ఎక్కువగా మతపరమైన భావాల కారణంగా చదువుకున్నారు, అందువల్ల వారిలో 30-35 సంవత్సరాల వయస్సు గల విద్యార్థులు ఉన్నారు. విద్యార్థులు ఈ మేజిస్ట్రేట్‌కు భయపడిపోయారు కానీ ఈ విద్యార్థులందరూ నిర్భయంగా నిలబడ్డారు. మేజిస్ట్రేట్ బాలుడిని చంద్రశేఖర్ ముందు అడిగాడు, "మీ పేరు?"

"నవంబర్." అబ్బాయి బదులిచ్చాడు.

"మీ నాన్నగారి పేరు?"

"డిసెంబర్."

ఖరేఘాట్ ఈ సమాధానాలు తనను అవమానించినట్లుగా భావించాడు.

ఆ తర్వాత చంద్రశేఖర్‌ని "మీ పేరు?"

"ఉచిత." చంద్రశేఖర్ అన్నారు.

"తండ్రి పేరు?"

"స్వతంత్ర."

మీ ఇల్లు ఎక్కడ?"

"చెరసాలలో."

ఇలాంటి సమాధానాలతో మేజిస్ట్రేట్ ఉలిక్కిపడ్డారు. పెద్దవి నేరస్థులు అతని ముందు సమాధానం చెప్పే ధైర్యం కూడా చేయలేకపోయారు. అందువలన కోపంతో, అతను ఆజాద్‌కు పదిహేను బెత్తాల కఠినమైన శిక్ష విధించాడు. కర్రలు శిక్ష నిజంగా కఠినమైనదిగా పరిగణించబడింది. ఇది వినగానే నిందితులు వణికిపోయేవారు. లాఠీ దెబ్బకు చర్మం ఊడిపోతుంది, కానీ చంద్రశేఖర్ ఈ శిక్షను పట్టించుకోలేదు. బనారస్ జైలర్ సర్దార్ గండా సింగ్ చాలా క్రూర స్వభావం కలిగిన వ్యక్తి. అతనిలో దయ అనేదేమీ లేదు. ఖైదీలను లేదా నిందితులను శిక్షించడంలో అతను చాలా ఆనందించాడు. ఈ పనిలో అతను క్రూరత్వం యొక్క పరిమితిని చేరుకున్నాడు. కొరడా ఝులిపించడానికి చంద్రశేఖర్‌ని అడిగాడు.

ప్లాంక్‌కి కట్టారు. ఈ సమయంలో అతని శరీరంపై ఒక లంకె తప్ప మరే ఇతర దుస్తులు లేవు, ఎందుకంటే కొరడాతో కొట్టే ముందు బట్టలు తొలగించబడ్డాయి. శరీరం నుండి చర్మం విడిపోకుండా నిరోధించడానికి, శరీరంపై పేస్ట్ వర్తించబడుతుంది. గందా సింగ్ తన మనసు దోచుకోవాలనే లక్ష్యంతో మనసులో నవ్వుకున్నాడు. చెరకు మనిషిని తన పని చేయమని ఆదేశించాడు. లాఠీచార్జి జోరుగా ప్రారంభమైంది. 'మహాత్మా గాంధీ కీ జై' నినాదం చంద్రశేఖర్ నోటి నుండి ప్రతి బెత్తంపై నిరంతరం ప్రతిధ్వనిస్తుంది. బెత్తం దెబ్బకు శరీరమంతా రక్తం కారింది, కానీ చంద్రశేఖర్ ఒక్క మాట కూడా మాట్లాడలేదు. అతని ముఖంలో బాధగానీ, విచారంగానీ కనిపించలేదు. అతని ఓర్పు, ధైర్యం, దేశభక్తి చూసి అక్కడున్న వారంతా ఆశ్చర్యపోయారు.

చంద్రశేఖర్‌కు లాఠీచార్జి విధించారనే వార్త బనారస్ నగరమంతటా వ్యాపించింది. ఆయనకు స్వాగతం పలికేందుకు ప్రజానీకం పూలమాలలతో జైలు గుమ్మం వద్దకు చేరుకున్నారు. బహిరంగ సభల్లో చిన్నారులు, యువకులు, వృద్ధులు, పురుషులు, మహిళలు అందరూ ఆయనకు పూలమాలలు వేసి స్వాగతం పలికారు. ఆయనను భుజాలపై ఎత్తుకుని ఆకాశం అంతా 'చంద్రశేఖర్ ఆజాద్ కీ జై', 'భారతమాతా కీ జై', 'మహాత్మా గాంధీకి జై' మొదలైన నినాదాలతో ప్రతిధ్వనించారు. అదే రోజు బనారస్‌లోని జ్ఞానవాపి అనే ప్రదేశంలో సమావేశం జరిగింది. ఇక్కడ కూడా ఈ ధైర్యవంతురాలైన చిన్నారిని చూసేందుకు పెద్ద ఎత్తున ప్రజలు తరలివచ్చారు. వేదికపైకి వచ్చిన చంద్రశేఖర్ ఆజాద్‌పై పూలవర్షం కురిపించారు. వారికి పూల మాలలు వేశారు. ఈ సమయంలో అతను ధోతీ మరియు కుర్తా ధరించాడు. అతని నుదుటిపై గంధపు తిలకం ఉంది. వేదికపై ఆయన చిన్న ప్రసంగం చేశారు, దీనిలో

అతను దేశ స్వాతంత్ర్యం కోసం పనిచేయాలని ప్రార్థించాడు మరియు ఈ పవిత్రమైన లక్ష్యం కోసం తమ ప్రాణాలను త్యాగం చేసిన వీరులకు నివాళులు అర్పించారు. చంద్రబాబు మళ్లీ 'చంద్రశేఖర్ ఆజాద్ జిందాబాద్' అంటూ నినాదాలు చేశారు. దీని తరువాత, ఇతర వ్యక్తులు కూడా ప్రసంగాలు ఇచ్చారు, ఇందులో చంద్రశేఖర్ ఆజాద్ యొక్క వీరోచిత పనిని ప్రశంసించారు.

ఆ రోజుల్లో, బనారస్ నుండి 'మర్యాద' అనే పేపరు ప్రచురించబడింది, దీని ప్రచురణకర్త శ్రీ శివప్రసాద్ గుప్తా మరియు సంపాదకుడు శ్రీ సంపూర్ణానంద్. శ్రీ సంపూర్ణానంద తరువాత ఉత్తరప్రదేశ్ ముఖ్యమంత్రి మరియు రాజస్థాన్ గవర్నర్ కూడా అయింది. చంద్రశేఖర్ ఆజాద్ యొక్క చిత్రం మరియు అతని గురించి 'వీర్ బాలక్ ఆజాద్' అనే వ్యాసం కూడా 'మర్యాద'లో ప్రచురించబడింది, అందులో అతని ధైర్యమైన పని మరియు అద్భుతమైన ధైర్యసాహసాలు చాలా ప్రశంసించబడ్డాయి.

చంద్రశేఖర్‌కు గుణపాఠం చెప్పాలనే లక్ష్యంతో మేజిస్ట్రేట్ ఖరేఘాట్ కోర్టులో లాఠీచార్జి విధించినా, ఈ శిక్ష వల్ల మాతృభూమిపై ఆయనకున్న ప్రేమ మరింత బలపడింది. ఈ విషయమై శ్రీ మన్మథనాథ్ గుప్తా తన 'హిస్టరీ ఆఫ్ ది ఇండియన్ రివల్యూషనరీ మూవ్‌మెంట్'లో ఇలా వ్రాశారు -

"ఆజాద్ మేజిస్ట్రేట్‌ను సవాలు చేశాడు. ఆజాద్ చెడ్డ పాలనలో, స్వేచ్ఛా వ్యక్తులకు జైలు అని ఆజాద్ సరిగ్గా చెప్పారు. ఖరేఘాట్ ఇది చిన్నపిల్ల అని అనుకున్నాడు. అతనికి అలాంటి శిక్ష విధించాలి, అతను కొంత గుణపాఠం నేర్చుకుంటాడు మరియు ఇవన్నీ పక్కన పెట్టండి. చర్చ, అతను చదవడం మరియు రాయడం ప్రారంభించాడు, దీని ప్రకారం, అతనికి పదిహేను బెత్తం శిక్ష విధించబడింది, అతన్ని జైలుకు తీసుకెళ్లారు మరియు బెత్తంతో కొట్టారు, కానీ ఒక్కొక్క స్ట్రోక్ ఇవ్వబడింది మరియు అతను 'మహాత్మా గాంధీకి జై' అని కూడా అరిచాడు. మునుపటి కంటే బిగ్గరగా. మాట్లాడేవారు. ఆ రోజుల్లో 'మహాత్మా గాంధీ కి జై' నినాదం భారతదేశం యొక్క మార్చ్ యొక్క నినాదం."

నిజానికి, స్వేచ్ఛ అనేది శరీరానికి సంబంధించినది కాదు, మనసుకు సంబంధించినది. ఒక వ్యక్తి శరీరాన్ని బందీగా తీసుకోవచ్చు, కానీ అతని మనస్సు కాదు. నిజమైన స్వాతంత్ర్య ప్రేమికులు నిరంకుశ పాలనకు కళ్లకు కట్టినట్లుగా మారతారు, అందుకే వారి జీవితాల్లో ఎక్కువ భాగం జైళ్లలో గడుపుతారు. బ్రిటీష్ పాలనలో, దేశభక్తులందరికీ జైలులోనే వారి ఇళ్లను నిర్మించారు, అందుకే మేజిస్ట్రేట్ చంద్రశేఖర్‌ని అతని ఇంటి గురించి అడిగినప్పుడు, అతను జైలును తన ఇల్లుగా అభివర్ణించాడు. ప్రభుత్వ దౌర్జన్యాలను ఎత్తిచూపిన ఆయన సమాధానంలో తీవ్రమైన అర్థం దాగి ఉంది.

ఈ సంఘటన చంద్రశేఖర్ తన యుక్తవయస్సులో కూడా ప్రముఖ నాయకుడిగా పేరు తెచ్చుకుంది. ఈ శిక్ష ఖచ్చితంగా క్రూరమైనప్పటికీ, ఇప్పటికీ దీనిని భారీ శిక్ష అని పిలవలేము, అయితే ఈ సంఘటన అతని భవిష్యత్ విప్లవాత్మక జీవితానికి మొదటి మెట్టు. ఈ కోణం నుండి, ఇది ఒక ముఖ్యమైన సంఘటన మరియు ఈ సంఘటన తర్వాత అతను చంద్రశేఖర్ నుండి చంద్రశేఖర్ ఆజాద్‌గా మారాడు మరియు వీర్ చంద్రశేఖర్ ఆజాద్ అయ్యాడు.

దేశంలోని అన్ని వార్తాపత్రికల్లో ప్రచురితమైనందున అతనికి లాఠీచార్జి విధించిన వార్త అతని కుటుంబ సభ్యులకు చేరింది. ఈ వార్త చదివిన ఆయన కుటుంబ సభ్యులు తీవ్ర ఆందోళనకు గురయ్యారు. తండ్రి శ్రీ సీతారాం తివారీ నేరుగా బనారస్ చేరుకున్నారు. అతను తన కొడుకుకు అనేక విధాలుగా వివరించాడు మరియు ఇంటికి తిరిగి రావాలని పట్టుబట్టాడు, కాని ఆజాద్ కూడా చిన్నతనం నుండి మొండిగా ఉన్నాడు. దేశానికి సేవ చేస్తానని ప్రతిజ్ఞ చేశారు. ఏ గొప్ప వ్యక్తికైనా, అతని స్వంత లక్ష్యం గొప్పది. ఒక గొప్ప వ్యక్తి ఏ పని చేయాలని నిర్ణయించుకున్నా, ప్రపంచవ్యాప్త విపత్తుల నేపథ్యంలో కూడా అతను తన మార్గం నుండి తప్పుకోడు, అందుకే అతను తన తండ్రి ప్రతిపాదనను అంగీకరించలేదు. తండ్రి నిరాశతో ఇంటికి తిరిగి వచ్చాడు.

ఇది అతని ఇంటిపై ఒక రకమైన తిరుగుబాటు. నిజానికి, ఆజాద్ దృష్టిలో దేశం మొత్తం అతని ఇల్లు. ఆచార్య చాణక్యుడు వంశం కోసం ఒక వ్యక్తిని, గ్రామం కోసం వంశాన్ని మరియు రాష్ట్రం లేదా దేశం కోసం గ్రామాన్ని కూడా విడిచిపెట్టమని బోధించాడు. చంద్రశేఖర్ ఆజాద్ కూడా అలాగే చేశారు. భారతదేశ భూమి యొక్క ప్రయోజనాల కోసం, అతను ఇరుకైన కుటుంబ అనుబంధాలను మరియు దాని సంబంధాలను విడిచిపెట్టాడు.

II అధ్యాయం

విప్లవం వైపు

గతంలో పేర్కొన్న బనారస్ ఘటన తర్వాత వీర్ చంద్రశేఖర్ ఆజాద్ అడుగులు స్వాతంత్ర్య ఉద్యమం వైపు మళ్లాయి. అతను దేశభక్తి యొక్క రంగులతో పూర్తిగా నింపబడ్డాడు; అతను చదువుపై ఆసక్తిని కోల్పోయాడు మరియు దేశ స్వాతంత్ర్య ఉద్యమంలో పాల్గొనడానికి తన పాఠశాల విద్యార్థులను సిద్ధం చేయడం ప్రారంభించాడు. స్వాతంత్ర్యం సాధించడం ఆజాద్ లక్ష్యం.

ఉద్యమానికి ఆజాద్ నిరాశ తిరిగి చంద్రశేఖర్ ఆజాద్‌కు సహాయ నిరాకరణ ఉద్యమం కొత్త దిశను చూపింది.

అప్పుడు అతను భారతదేశానికి స్వాతంత్ర్యం కావాలని కలలుకంటున్నాడు. దీని కోసం ఏదైనా చేయాలనే కోరిక అతనికి ఉంది, కానీ ఆ మరుసటి సంవత్సరం చౌరీ చౌరా సంఘటన కారణంగా, మహాత్మా గాంధీ సహాయ నిరాకరణ ఉద్యమాన్ని ఉపసంహరించుకున్నారు. ఈ సంఘటన ఇలాగే జరిగింది. సహాయ నిరాకరణ ఉద్యమం ఉధృతంగా సాగి, ఎందరో ఆందోళనకారులను జైలులో పెట్టారు. ఈ ఉద్యమం పూర్తిగా అహింసాత్మకమైనది. గోరఖ్‌పూర్ సమీపంలోని చౌరిచౌరా అనే ప్రదేశంలో, పోలీసుల దౌర్జన్యాలకు ఆందోళనకారులు సహనం కోల్పోయారు మరియు వారి గుంపు పోలీసు స్టేషన్‌కు నిప్పు పెట్టారు. ఈ అగ్ని ప్రమాదంలో ఒక సబ్ ఇన్‌స్పెక్టర్, ఇరవై ఒక్క మంది పోలీసులు సజీవదహనమయ్యారు. 1922 ఫిబ్రవరి 12న జరిగిన ఈ సంఘటన చరిత్రలో 'చౌరీచౌర ఘటన'గా పేరుగాంచింది. ఈ రకమైన హింసను చూసి గాంధీజీ ఉద్యమాన్ని ఆపేశారు. గాంధీజీని 1922 మార్చి 13న అరెస్టు చేశారు. ఈ సమయంలో, భారతీయుల ఉత్సాహం ఉచ్ఛస్థితిలో ఉంది, అందుకే మహాత్మా గాంధీ 28 . భారతదేశపు గొప్ప అమర విప్లవకారుడు చంద్రశేఖర్ ఆజాద్

ఈ నిర్ణయంతో తీవ్ర నిరాశకు గురయ్యాడు. మహాత్మజీ యొక్క ఈ రకమైన నిర్ణయం గురించి, శ్రీ మన్మథనాథ్ గుప్తా ఇలా వ్రాశారు- "సామాన్యుల్లో అహింసా స్ఫూర్తి కొరవడిందని

మహాత్మా గాంధీ ఉద్యమాన్ని నిలిపివేశారు. మార్చి 13న గాంధీజీని కూడా అరెస్టు చేశారు. ఆశ్చర్యకరమైన విషయం ఏమిటంటే ఉద్యమం ఉధృతంగా కొనసాగినంత కాలం గాంధీజీ బహిరంగంగానే ఉన్నారు. అతను దానిని నడిపిస్తున్న సమయంలో, అతనిని ఎవరూ పట్టుకోలేదు, కానీ అతను ఉద్యమం నడుపుతున్న వెంటనే, ఆ సమయంలో అతను ముప్పై మూడు కోట్లు, కానీ అతను ఉద్యమాన్ని వాయిదా వేసి, ప్రజలలో పెరుగుతున్న ఉత్సాహాన్ని తగ్గించిన క్షణం, అతను ఒక భ్రమ పేరుతో నిరుత్సాహపడ్డాడు, ఆ సమయంలో అతను ఒక వ్యక్తి అయ్యాడు."

శ్రీ గుప్తా గారి ఈ మాటల్లో కొంత అతిశయోక్తి ఉండవచ్చు, కానీ ఒక చిన్న సంఘటన వల్ల ఉద్యమం మధ్యలోనే ఆగిపోయినప్పుడు భారతీయులు, ముఖ్యంగా యువత తీవ్ర నిరాశకు లోనవడం ఖాయం. గుప్తజీ స్వయంగా విప్లవకారుడు, అందుకే అతని మాటలు ఆనాటి విప్లవకారుల మనోభావాల గురించి చక్కని అంతర్దృష్టిని ఇస్తాయి. ఉద్యమం మధ్యలోనే ఆగిపోయినప్పుడు చంద్రశేఖర్ ఆజాద్ చాలా నిరాశ చెందారు, కానీ అతని నిరాశ శాశ్వతమైనది కాదు, క్షణికమైన విస్ఫోటనం మాత్రమే. తాము నడిచిన దారి నుంచి వెనక్కి వెళ్లే ప్రశ్నే లేదు.

విప్లవకారులతో పరిచయం

ఉద్యమం పట్ల ఆయనకున్న ప్రగాఢ ఆసక్తి, అందులో చురుగ్గా పాల్గొనడం వల్ల చంద్రశేఖర్ ఆజాద్ చదువులు దెబ్బతిన్నాయి, ఫలితంగా అతనికి దాన్నుంచి విముక్తి లభించింది. చదువు మానేసిన తర్వాత తన పనికి తగిన వాతావరణం కోసం వెతకడం మొదలుపెట్టాడు. సహాయ నిరాకరణ ఉద్యమానికి ముందే, భారతదేశంలోని విప్లవ యువకులు తమ చర్యల ద్వారా ప్రభుత్వానికి అనేకసార్లు సవాలు విసిరారు. బనారస్‌ని కూడా అతని కార్యకలాపాలు వదలలేదు. ఈ కార్యకలాపాలలో బెంగాల్ విప్లవకారుల పాత్ర ముఖ్యమైనది.

కొంతసేపు విప్లవ ఉద్యమం ముగిసినట్లు అనిపించింది. బనారస్ కుట్ర నాయకుడు సచీంద్రనాథ్ సన్యాల్‌కు జీవిత ఖైదు విధించబడింది మరియు ఈ కుట్రలో ఇతర వ్యక్తులకు కూడా అనేక రకాల శిక్షలు విధించబడ్డాయి. 1920లో, రాజకీయ ఖైదీలందరికీ సాధారణ క్షమాపణ ఇవ్వబడింది, ఫలితంగా ఈ విప్లవకారులందరికీ విముక్తి లభించింది. ఇంతలో, సహాయ నిరాకరణ ఉద్యమం మధ్యలోనే ముగియడంతో యువత అసంతృప్తితో ఉన్నారు. సచీంద్రనాథ్ సన్యాల్ ఈ అవకాశాన్ని సద్వినియోగం చేసుకుని మళ్లీ విప్లవ పార్టీని స్థాపించారు. సన్యాల్ యొక్క ప్రధాన ప్రాంతం ఉత్తర ప్రదేశ్. అనతికాలంలోనే విప్లవ పార్టీని

బలోపేతం చేశాడు. ఈ రోజుల్లో, బెంగాల్‌లో అనుశీలన్ సమితి అనే విప్లవకారుల సంస్థ కూడా పనిచేస్తోంది. అనుశీలన్ సమితి బనారస్‌లో కళ్యాణ్ ఆశ్రమం పేరుతో ఒక ఆశ్రమాన్ని కూడా స్థాపించింది, ఈ ఆశ్రమం నిజానికి కమిటీలో సభ్యులుగా ఉన్న విప్లవకారుల కార్యాలయం.

విప్లవ పార్టీ మరియు అనుశీలన్ సమితి చాలా కాలం పాటు విడివిడిగా పని చేస్తూనే ఉన్నాయి. ఇద్దరి లక్ష్యాలు మరియు విధానాలు ఒకేలా ఉన్నాయి, కాబట్టి తరువాత ఇద్దరూ కలిసి జట్టుగా పనిచేయడం ప్రారంభించారు. ఈ ఉమ్మడి పార్టీకి 'హిందుస్థాన్ రిపబ్లికన్ అసోసియేషన్' అని పేరు పెట్టారు.ఈ సంఘం యొక్క ప్రధాన లక్ష్యాలు క్రింది విధంగా ఉన్నాయి -

1. వ్యవస్థీకృత విప్లవం ద్వారా గణతంత్ర స్థాపన, దీనిలో ప్రావిన్సులకు అంతర్గత విషయాలలో పూర్తి స్వాతంత్ర్యం ఉంటుంది. 2. మంచి మనస్సు గల ప్రతి వయోజన పౌరునికి ఫ్రాంఛైజ్.

3. దోపిడీ లేని సమాజ స్థాపన.

ఈ లక్ష్యాలన్నీ కమ్యూనిస్ట్ రష్యా పాలనా వ్యవస్థ ద్వారా ప్రభావితమయ్యాయని స్పష్టమైంది. కొన్ని సంవత్సరాల క్రితం, 1917 అక్టోబర్ విప్లవం తరువాత, సోవియట్ యూనియన్‌లో కమ్యూనిజం స్థాపించబడింది. 'హిందూస్థాన్ రిపబ్లికన్ అసోసియేషన్' సభ్యులు ఉత్తరప్రదేశ్ అంతటా విస్తరించి ఉన్నారు. షాజహాన్‌పూర్‌లో పండిట్ రాంప్రసాద్ బిస్మిల్, కాన్పూర్‌లో సురేష్ బాపు మరియు బనారస్‌లో శ్రీ రాజేంద్రనాథ్ లాహిరి, శ్రీ సచీంద్రనాథ్ బక్షి మరియు శ్రీ రవీంద్ర మోహన్ కర్ ఈ బృందం యొక్క పనిని ముందుకు తీసుకువెళుతున్నారు. ఈ రోజుల్లో చంద్రశేఖర్ ఆజాద్ కూడా బనారస్‌లో ప్రసిద్ధి చెందారు, అందుకే విప్లవ పార్టీ సభ్యుడు ప్రన్వేష్ ఆయనను కలిశారు. ఆజాద్‌ను కలిసిన తర్వాత ప్రన్వేష్ చాలా ఇంప్రెస్ అయ్యాడు. ఆ విధంగా ఆజాద్ 'హిందూస్థాన్ రిపబ్లికన్ అసోసియేషన్'లో కూడా సభ్యుడయ్యాడు. ఇక్కడే అతను రాంప్రసాద్ బిస్మిల్ మొదలైన గొప్ప విప్లవకారులను కలుసుకున్నాడు మరియు ఇక్కడ నుండి అతని భవిష్యత్ విప్లవ జీవితంలో కొత్త అధ్యాయం ప్రారంభమైంది.

పార్టీ సంస్థలో

ఆజాద్ హిందుస్థాన్ రిపబ్లికన్ అసోసియేషన్‌లో సభ్యుడయ్యాడు, అప్పుడే పార్టీ సభ్యత్వాన్ని విస్తరించాలని నిర్ణయించారు. ఈ పనిలో ఆజాద్ ఉత్సాహంగా పాల్గొన్నారు. బ్రాహ్మణుడి వేషంలో తిరుగుతూ యువకులను కలుసుకుని వారి ఆలోచనలు తెలుసుకునేవాడు. విప్లవాత్మక ఆలోచనలున్న యువకులను వెతికి తమ పార్టీలో

చేర్చుకున్నారు. ఇలా తక్కువ సమయంలోనే ఆయన కృషి వల్ల పార్టీ సభ్యుల సంఖ్య పెరగడం ప్రారంభించినా పార్టీకి నిధుల కొరత ఏర్పడింది. పార్టీలో అంగబలం భారీగా పెరిగినా, పార్టీకి వనరుల కొరత ఏర్పడింది. ఈ లోపాన్ని అధిగమించేందుకు బృంద సభ్యుల సమావేశాలు నిర్వహించారు.

గతంలో పేర్కొన్న 'కల్యాణ్ ఆశ్రమం' బనారస్ యొక్క ఈ విప్లవకారులకు ఒక విధంగా కేంద్రం మరియు చర్చనీయాంశం. అనేక రకాల సంగీత వాయిద్యాలు మొదలైన వాటిని ఒకే గదిలో ఉంచారు. సాయంత్రం, కొంతమంది గదిలో పాడతారు మరియు వాయించేవారు, సంగీత వాయిద్యాలు వాయిస్తూనే ఉన్నారు. దీనితో పాటు, లోపల విప్లవకారుల సమావేశాలు కొనసాగాయి. కళ్యాణ్ ఆశ్రమం అనేది ఒక మతపరమైన సంస్థ అని, అక్కడ కొంతమంది భజన-కీర్తనలు చేస్తుంటారని ప్రజలు భావించేవారు, కానీ వాస్తవం భిన్నంగా ఉంది. పార్టీ ఆర్థిక పరిస్థితిపైనా ఇక్కడ చర్చ జరిగింది. ఒకరోజు పార్టీ ఆర్థిక పరిస్థితిపై చర్చ జరుగుతోంది. ఈ సమావేశంలో చంద్రశేఖర్ ఆజాద్ కూడా పాల్గొన్నారు. ఈ గుంపులో ఉదాసిన్ వర్గానికి చెందిన సన్యాసి రామకృష్ణ ఖత్రి అనే సభ్యుడు ఉన్నాడు. కొత్త ప్లాన్ తో వచ్చాడు. ఘాజీపూర్‌లో నిర్మలా సాధువుల మఠం ఉండేలా ప్లాన్ చేశారు. మఠం యొక్క మఠాధిపతికి అపారమైన సంపద ఉంది మరియు మఠానికి తగినంత ఆస్తి ఉంది. మహంత్ ముసలివాడు మరియు అనారోగ్యంతో ఉన్నాడు; అతను త్వరలోనే ఈ లోకం నుండి వెళ్ళిపోతాడని ఆశాభావం వ్యక్తం చేశారు.

అందువల్ల విప్లవకారుల సమూహం మహంత్ మరణానంతరం మహంత్ ఆస్తులు, మఠం విప్లవకారులకు ఉపయోగపడేలా ఒక సభ్యుడిని మహంత్ శిష్యునిగా చేయవలసి వచ్చింది. ఈ సమయంలో మహంత్‌కి శిష్యుడు కూడా కావాలి. ఈ పనికి చంద్రశేఖర్ ఆజాద్ సరిపోతారని బృందంలోని సభ్యులందరూ ఏకగ్రీవంగా భావించారు. మహంత్ తనను చూసిన తర్వాత తప్పకుండా తన శిష్యునిగా చేసుకుంటాడని అతనికి పూర్తి నమ్మకం కలిగింది. ఈ పనికి అందరూ ఏకగ్రీవంగా చంద్రశేఖర్ ఆజాద్ పేరును ప్రతిపాదించగా, చంద్రశేఖర్ ఆజాద్ అందుకు అంగీకరించలేదు. వారు ఈ కపటత్వం మరియు మోసం అని భావించారు, కానీ పార్టీకి డబ్బు చాలా అవసరం, కాబట్టి దీనిని దృష్టిలో ఉంచుకుని మరియు తోటివారి ఒత్తిడి కారణంగా, వారు దీనిని అంగీకరించవలసి వచ్చింది.

మహంత్ శిష్యుడిగా

పూర్తి ప్రణాళికను రూపొందించిన తర్వాత, ఆజాద్ బ్రహ్మచారి సన్యాసి రూపంలో ఘాజీపూర్‌లోని ఆశ్రమానికి చేరుకున్నాడు. గంధం, కుంకుమ వస్త్రాలు, నుదుటిపై రుద్రాక్ష

పూసలు ఆయన వ్యక్తిత్వానికి అపురూపమైన వైభవాన్ని ఇస్తున్నాయి. ఏది ఏమైనప్పటికీ, అతని శరీరం అందంగా మరియు ఆకర్షణీయంగా ఉంది. వ్యక్తిగత జీవితంలో కూడా బ్రహ్మచారి. అతని మనోహరమైన వ్యక్తిత్వం మరియు బలమైన శరీరాన్ని చూసిన మహంత్ వెంటనే అంగీకరించాడు. మహంత్ శిష్యుడు అయ్యాడు. అతని సేవ కారణంగా అనారోగ్యంతో ఉన్న మహంత్ క్రమంగా కోలుకోవడం ప్రారంభించాడు.

నిర్మల్ సాధులు సిక్కులు, వీరు 'గురు గ్రంథ్ సాహిబ్'ను ఆరాధిస్తారు. ఇక్కడ ఉంటూనే, ఆజాద్ గురుముఖి లిపి మరియు పంజాబ్ భాషను కూడా అభ్యసించాడు, ఎందుకంటే మఠం యొక్క మహంత్ కావడానికి ఇది అవసరం. ఆశ్రమంలో ఏ విధమైన కొరత లేనప్పటికీ, ఆజాద్ ఇప్పటికీ స్వేచ్ఛగా ఉన్నాడు; అతను ఇక్కడ నివసిస్తున్న ఖైదీలా భావించడం ప్రారంభించాడు. విప్లవ యువకుడు ఎక్కడ, మఠం జీవితం ఎక్కడ! అతని పరిస్థితి బోనులో సింహంలా తయారైంది. కేవలం రెండు నెలల్లోనే ఈ జీవితంపై విసుగెత్తిపోయాడు. అతని ఓర్పు చూపడం ప్రారంభించింది. మహంత్ అనారోగ్యంతో ఉన్నారని మరియు త్వరలో చనిపోతారని వారు అర్థం చేసుకున్నారు, కానీ ఇక్కడ దీనికి విరుద్ధంగా జరుగుతోంది; మరణానికి దూరంగా, అతను మరింత బలపడ్డాడు. అందువల్ల, ఈ విషయంలో, అతను తన సహచరులకు ఒక లేఖ రాశాడు - "మహంత్ మరణం తరువాత కనిపించే సంకేతాలు లేవు. మీ అంచనా సరైనది కాదు; రోజురోజుకూ లావు అవుతున్నాడు. మఠం ఆస్తి మన చేతికి వస్తుందన్న ఆశ వదులుకోవాలి. నన్ను ఈ బంధం నుండి విముక్తం చేయనివ్వండి" అని బృంద సభ్యులు లేఖ అందుకున్నారు, వారు మఠం యొక్క ఆస్తిని ఎట్టిపరిస్థితుల్లోనూ పోనివ్వకూడదని భావించారు. అందుకే లేఖ అందిన వెంటనే మరో ఇద్దరు సభ్యులు గోవింద్ ప్రకాష్ మరియు మన్మథనాథ్ గుప్త సన్యాసుల వేషం ధరించి ఘాజీపూర్ చేరుకున్నారు.గోవింద్ ప్రకాష్ గురువుగా, మన్మథనాథ్ గుప్తా శిష్యులుగా మారారు.ఇద్దరూ ఆశ్రమానికి చేరుకుని ముందుగా మహంత్‌ను, ఆ తర్వాత చంద్రశేఖర్ ఆజాద్‌ను కలిశారు.తర్వాత మఠం ప్రాంతంలో తిరిగారు. .మఠం కోటలా ఉండేది.చుట్టూ ఎత్తులు.గోడలు ఉండేవి.మఠం ఆస్తులను కూడా చూసేవారు.మఠం పార్టీ కార్యక్రమాలకు పూర్తిగా అనువైన ప్రదేశం.దీని ఆస్తిని పటిష్టం చేసేందుకు ఉపయోగపడుతుంది. గోవింద్ ప్రకాష్ మరియు మన్మథనాథ్ గుప్తాలు దానిని అన్ని విధాలుగా పరిగణించారు మరియు వారు అతనిని అక్కడే ఉండమని ముక్తసరిగా సలహా ఇచ్చారు.ఆజాద్ అతని సలహాకు అంగీకరించవలసి వచ్చింది. గోవింద్ ప్రకాష్ మరియు మన్మథనాథ్ ఇద్దరూ తిరిగి వెళ్లిపోయారు.

బలవంతంగా తీసుకున్న నిర్ణయంపై గట్టిగా నిలబడటం అంత సులభం కాదు. ఆ సమయంలో చంద్రశేఖర్ ఆజాద్, తన స్నేహితుల ఒత్తిడితో, ఆశ్రమంలో ఉండాలనే

ఆలోచనను అంగీకరించినప్పటికీ, అతని మనస్సు ఆ మతంపై దృష్టి పెట్టలేకపోయింది. అతను ఇక్కడ నివసించడం అసాధ్యం. కాబట్టి ఒకరోజు, మహంత్‌కు చెప్పకుండా, ఆజాద్ నిశ్శబ్దంగా ఈ బంధం నుండి విముక్తి పొందాడు మరియు అతని స్నేహితులతో చేరడానికి బనారస్ చేరుకున్నాడు.

ఆజాద్ ఈ విధంగా ఆశ్రమాన్ని విడిచిపెట్టినప్పుడు అతని సహచరులు తీవ్ర నిరాశకు గురయ్యారు. తమ చేతిలోని నిధి పోయిందని ఆవేదన వ్యక్తం చేశారు. నిధుల కొరత కారణంగా బృందం పని ముందుకు సాగలేదు. ఇప్పుడు ఆజాద్ మళ్లీ పార్టీ నిర్వహణలో పడ్డారు. కష్టపడి పనిచేసినా డబ్బుకు కొరత తగ్గింది, ఏమీ చేయలేక కొన్ని కొత్త పథకాలు ఆలోచించాడు.

పార్టీ కోసం రుణాలు మరియు విరాళాలు

'హిందూస్థాన్ రిపబ్లికన్ అసోసియేషన్' నిధుల సేకరణ ప్రారంభించింది . ప్రధానంగా చంద్రశేఖర్ ఆజాద్‌కు బాధ్యతలు అప్పగించారు. ఆజాద్ వెంటనే ఈ పనిలో నిమగ్నమయ్యాడు. అతని వ్యక్తిత్వం చాలా మనోహరమైనది మరియు అతను సంభాషణ కళలో కూడా నైపుణ్యం కలిగి ఉన్నాడు, అందువల్ల అతనితో పరిచయం ఉన్నవారు అతనిని ప్రభావితం చేయకుండా ఉండలేరు. బహుశా పండిట్ మోతీలాల్ నెహ్రూ కూడా అతనిలోని ఈ లక్షణాలచే ప్రభావితమై ఉండవచ్చు. వివిధ రాజకీయ కేసుల్లో ఆజాద్ పరారీలో ఉన్నప్పుడు ఆజాద్ వారిని కలుసుకుని ఆర్థిక సహాయం చేసేవాడని చరిత్ర పుస్తకాల్లో రాసి ఉంది. పండిట్ మోతీలాల్ నెహ్రూ అప్పుడప్పుడు పార్టీకి విరాళాలు ఇచ్చేవారు. రాజర్షి పురుషోత్తమదాస్ టాండన్ ఎల్లప్పుడూ విప్లవకారులకు ఉచితంగా ఆర్థిక సహాయం చేస్తూనే ఉన్నారు. ప్రముఖ సాహితీవేత్త శరత్ చంద్ర, కలకత్తా అటార్నీ జనరల్ నిర్మల్ చంద్ర మరియు అడ్వకేట్ జనరల్ సర్ ఎస్. ఎన్. ప్రభుత్వం మరియు ఇతర ప్రముఖులు కూడా ఈ విప్లవకారులకు క్రమం తప్పకుండా విరాళాలు ఇస్తూనే ఉన్నారు. పార్టీ సభ్యుల సంఖ్య నిరంతరం పెరుగుతూ వచ్చింది, ఫలితంగా ఖర్చులు కూడా పెరుగుతూ వచ్చాయి. డబ్బు లేకపోవడంతో, ఆజాద్ మరియు అతని సహచరులు తీవ్ర ఇబ్బందులను ఎదుర్కోవలసి వచ్చింది. ఒక్కోసారి అందరూ ఆకలితో ఉండాల్సిన పరిస్థితి ఏర్పడుతుంది. తీవ్రమైన చలిలో సాధారణ బట్టలతోనే బతకాల్సి వచ్చింది.

ఇన్ని లోటుపాట్లున్నా, ఈ హీరోల ఉత్సాహం మాత్రం తగ్గలేదు; మాతృభూమి స్వాతంత్ర్య సాధనను ముందుకు తీసుకెళ్లారు. ఈ పనిని ముందుకు తీసుకెళ్లడానికి, ఆజాద్ తన స్నేహితుల నుండి చాలాసార్లు అప్పులు తీసుకున్నాడు. పార్టీ పట్ల ఆయనకున్న నిస్వార్థ ప్రేమను తెలియజేసే ఆయన జీవితంలోని ఇలాంటి కొన్ని సంఘటనలు ఇక్కడ

వివరించబడ్డాయి. ఒకప్పుడు పార్టీకి డబ్బు అవసరం ఎక్కువగా ఉండేదని అంటారు; ఎందుకంటే పిస్టల్స్ కొనవలసి వచ్చింది. ఏం చేయాలి? ఈ ఆందోళనలో ఆజాద్ మునిగిపోయారు.

మధ్యాహ్నం ఒక వ్యక్తి అతని వద్దకు వచ్చాడు. తన (ఆజాద్) తల్లిదండ్రులు ఇంట్లో ఆకలితో చనిపోతున్నారని అతను చెప్పాడు. ఆ వ్యక్తి ఎలాగో అక్కడక్కడా బిచ్చమెత్తుకుని వారికోసం కొంత డబ్బు తెచ్చాడు. అతను ఈ డబ్బును చంద్రశేఖర్ ఆజాద్‌కు ఇచ్చాడు, తద్వారా అతను దానిని తన తల్లిదండ్రులకు పంపించాడు. డబ్బు అందుకున్న తర్వాత, ఆజాద్ ఆ వ్యక్తితో ఇలా అన్నాడు:

"ఈ డబ్బు కోసం నేను మీకు నా కృతజ్ఞతలు తెలియజేస్తున్నాను. ఈ సమయంలో జట్టుకు వారి అవసరం చాలా ఉంది. దేవుడి దయ వల్ల మీరు సరైన సమయానికి వచ్చారు." ఆజాద్ చెప్పిన ఈ మాటలు విని, ఆ వ్యక్తి చాలా ఆశ్చర్యపోయి, "పండిట్జీ! నేను ఈ డబ్బు మీ తల్లిదండ్రులకు సహాయం చేయడానికి ఇచ్చాను, వారు ఆకలితో చనిపోతున్నారు, కానీ నాకు అర్థం కాలేదు, మీరు ఈ డబ్బు పార్టీకి ఇస్తున్నారు." ఎందుకు ఖర్చు చేయాలనుకుంటున్నారు?"

దీనిపై ఆజాద్ మాట్లాడుతూ.. దేశంలోని కోట్లాది మంది ప్రజలు ఆకలితో చనిపోతున్నారు.. నా తల్లిదండ్రుల గురించి మాత్రమే కాకుండా యావత్ దేశం గురించి ఆందోళన చెందుతున్నాను.. ఇందుకోసం ఈ సమయంలో పిస్టల్ కొనడం చాలా అవసరం. దేశం యొక్క అటువంటి పరిస్థితిలో, కుటుంబం గురించి నేను చింతించడం కేవలం స్వార్థం మాత్రమే.

అతని సమాధానం ఆ వ్యక్తిని మూగబోయింది మరియు అతను తిరిగి వచ్చాడు. అదేవిధంగా మరోసారి పార్టీకి డబ్బు అవసరం లేకుండా పోయింది. ఈ సమస్యను పార్టీ అధ్యక్షుడు ఆజాద్ ముందు ఉంచి పార్టీకి తక్షణం నాలుగు వేల రూపాయలు అవసరమని చెప్పారు. ఈ డబ్బు రాకుంటే జట్టు పని ఆగిపోయేది. సమస్య యొక్క ప్రాముఖ్యత గురించి ఆలోచిస్తూ, ఆజాద్ తీవ్రంగా మారాడు, కానీ అతను విపత్తుకు భయపడటం నేర్చుకోలేదు. డబ్బు నిర్వహణ బాధ్యతను తానే తీసుకున్నానని, కచ్చితంగా చెప్పాలని ఛైర్మన్‌ను కోరారు. అతనికి డబ్బు లావాదేవీలు నిర్వహించే ఒక స్నేహితుడు ఉన్నాడు. అతను ఆజాద్‌ను చాలా గౌరవించాడు. ఆజాద్ అతని వద్దకు చేరుకున్నాడు. అతను తన సమస్యను తన స్నేహితుడికి అందించాడు మరియు తనకు అత్యవసరంగా నాలుగు వేల రూపాయలు అవసరమని, అయితే ఈ సమయంలో ఆ స్నేహితుడి వద్ద డబ్బు లేదని చెప్పాడు. మరుసటి రోజు డబ్బును ఏర్పాటు చేస్తానని, అయితే చంద్రశేఖర్ ఆజాద్ అదే రోజు తమ పార్టీ

అధ్యక్షుడికి డబ్బు ఇస్తానని హామీ ఇచ్చారు. దాంతో తనకు అత్యవసరంగా డబ్బు అవసరమని స్నేహితుడికి చెప్పాడు. ఎక్కడి నుంచైనా ఏర్పాట్లు చేసి ఆరు నెలల తర్వాత వడ్డీతో సహా డబ్బులు తిరిగి ఇస్తామని హామీ ఇచ్చారు. స్నేహితుడు కూడా పెద్ద డైలమాలో పడ్డాడు. దీంతో అతని స్నేహితుడు మరో వ్యక్తి వద్ద నాలుగు వేల రూపాయలు అప్పుగా తీసుకుని ఇచ్చాడు.

ఇలా అప్పు చేసి కూడా చంద్రశేఖర్ ఆజాద్ దళ్ అవసరాలకు డబ్బును ఎలాగోలా మేనేజ్ చేసేవాడు. చంద్రశేఖర్ మరియు అతని సహచరులందరూ చాలా పేదరికంలో జీవించారు, కాని పార్టీ డబ్బు యొక్క ఖాతాలు చాలా జాగ్రత్తగా మరియు నిజాయితీగా నిర్వహించబడ్డాయి. ఒక్క పైసా కూడా వృధా కాదు.

దుకాణంలో అకౌంటింగ్

పార్టీ ప్రయోజనాలను దృష్టిలో ఉంచుకుని చంద్రశేఖర్ ఆజాద్ పిస్టల్స్ తయారు చేయడంలో నిష్ణాతుడైన మెకానిక్‌ని కూడా పార్టీ సభ్యుడిగా చేశారు. దీంతో పార్టీకి ఉన్న పెద్ద సమస్యకు పరిష్కారం లభించింది, కానీ పార్టీ సభ్యుల సంఖ్య బాగా పెరిగిందని, అందుకే విరాళాలు సేకరించడం, రుణాలు తీసుకోవడం వల్ల కూడా పార్టీ ఆర్థిక సంక్షోభం పరిష్కారం కావడం లేదు. చాలా మంది పార్టీ సభ్యులు కూడా పనిచేశారు మరియు వారి ఆదాయంలో కొంత భాగాన్ని పార్టీ ఫండ్‌లో జమ చేశారు. అదేవిధంగా, ఆజాద్ కూడా ఊరగాయ-మర్మాలాడే దుకాణం యొక్క ఖాతాలను నిర్వహించడం ప్రారంభించాడు. అక్కడి నుంచి వచ్చిన జీతంలో కొద్ది మొత్తం తన వద్దే ఉంచుకుని మిగిలిన మొత్తాన్ని టీమ్‌కి ఇచ్చాడు.

అలా ఆజాద్ జీవితమంతా పార్టీకే అంకితం. పార్టీ ఆర్థిక పరిస్థితిని మెరుగుపరిచేందుకు ఆయన ప్రయత్నాలు చేస్తూనే ఉన్నారు. అంతే కాదు టీమ్‌కి సంబంధించిన ప్రతి పని చేయడంలో ఎప్పుడూ ముందుండేవాడు అందుకే టీమ్‌లో అతడిని 'క్విక్ సిల్వర్' అని పిలిచేవారు.

విప్లవ కరపత్రం

క్రమంగా 'హిందూస్థాన్ రిపబ్లికన్ అసోసియేషన్' శాఖలు ఉత్తరాదికి విస్తరించాయి ఇది భారతదేశంలోని కలకత్తా నుండి లాహోర్ వరకు వ్యాపించింది. దీని కేంద్రం బనారస్ . ఆయుధాలను సేకరించే బాధ్యత రాంప్రసాద్ బిస్మిల్‌పై ఉంది. ఆయుధాలన్నీ బనారస్‌లో సేకరించి వివిధ కేంద్రాలకు పంపారు, అయితే తుపాకులు, రివాల్వర్లు మొదలైన వివిధ రకాల ఆయుధాలను ఒక ప్రదేశం నుండి మరొక ప్రదేశానికి తీసుకెళ్లడం అంత తేలికైన పని కాదు. ఇవి మొదటి లేదా రెండవ తరగతి కంపార్ట్‌మెంట్లలో మాత్రమే రవాణా చేయబడతాయి. అనేక

కష్టాల తర్వాత వీటిని కూడా వివిధ కేంద్రాలకు పంపించారు. ఈ విధంగా పార్టీకి చెందిన పలు కేంద్రాల్లో భారీగా ఆయుధాలు పేరుకుపోయాయి. ఇప్పుడు ప్రభుత్వానికి వార్నింగ్ ఇవ్వాలని టీమ్ ఆలోచించింది.

ఒక ప్రణాళిక తయారు చేయబడింది, దాని ప్రకారం ఒక కరపత్రం ముద్రించబడింది. ఈ కరపత్రంలో పార్టీ లక్ష్యాలను ప్రవేశపెట్టడంతోపాటు బ్రిటిష్ ప్రభుత్వానికి వ్యతిరేకంగా విప్లవం తీసుకురావాలని ప్రజలకు విజ్ఞప్తి చేశారు. ఈ ఫారమ్ పసుపు కాగితంపై ఉంది. ప్లాన్ ప్రకారం, ఫ్లైయర్‌లను ఒకే రోజు అన్ని నగరాల్లో ప్రదర్శించాలని బాగా ఆలోచించారు. అలా చేయకుంటే పోలీసులు అప్రమత్తమై కరపత్రాలను స్వాధీనం చేసుకుంటారు. దీనివల్ల పార్టీ లక్ష్యాలను ప్రజలకు తెలుసుకోలేకపోతున్నారు. అందుకే, 1925 జనవరిలో ఒకరోజు, రంగూన్ నుండి పెషావర్ వరకు ప్రజలు కలిసి ఈ కరపత్రాలను చూశారు. పార్టీ సభ్యులే స్వయంగా ఈ కరపత్రాలతో అన్ని నగరాలకు వెళ్లారు. ఈ కరపత్రాలు ప్రతి పాఠశాల, కళాశాల, కార్యాలయం, మార్కెట్, గుడి, మసీదు, చర్చి, గురుద్వారా, సినిమా హాలు మరియు ఇతర అన్ని బహిరంగ ప్రదేశాలలో అతికించబడ్డాయి. ఎవ్వరూ కనిపెట్టలేనంత శ్రద్ధగా, గోప్యంగా ఈ పని జరిగింది.

చంద్రశేఖర్ ఆజాద్ బనారస్‌లో కరపత్రాలు అతికించి పంచే పని చేశారు. చాలా చాకచక్యంగా ఆఫీస్ ఉద్యోగులను తనవైపు తిప్పుకుని వారిచేత కరపత్రాలు పంచిపెట్టాడు. జట్టులో అతని పని ప్రశంసించబడింది. ఈ పనితో విప్లవ పార్టీ దేశమంతటా ప్రసిద్ధి చెందింది. గ్రూపు విస్తరణ ఇంత జరుగుతుందని కలలో కూడా ఎవరూ ఊహించలేదు. దీంతో ప్రభుత్వం ఆందోళనకు దిగింది. పోలీసు మరియు నిఘా బృందం మనస్ఫూర్తిగా అన్వేషణలో నిమగ్నమయ్యారు.

III అధ్యాయం

ముగుస్తుంది మరియు అర్థం

ప్రారంభంలో విప్లవం అనే పదం యొక్క అర్థం హింస ద్వారా అధికారాన్ని మార్చడం, అయితే నేడు విప్లవం అనే పదాన్ని హరిత విప్లవం లేదా పారిశ్రామిక విప్లవం వంటి ఇతర అర్థాలలో కూడా ఉపయోగించడం ప్రారంభించారు. అందువల్ల, విప్లవ మార్గంలో ప్రయాణీకులకు, దేశాన్ని విముక్తి చేయడమే సర్వోన్నత లక్ష్యం. ఇందులో వనరుల స్వచ్ఛతపై ప్రత్యేక శ్రద్ధ చూపలేదు. విప్లవకారులు భారతదేశంలోనే కాకుండా ఐర్లాండ్ మరియు సోవియట్ యూనియన్‌లో కూడా తమ లక్ష్యాలను సాధించుకోవడానికి హింసాత్మక మార్గాలను అనుసరించారు. ఈ విప్లవకారులకు ఆదాయ వనరులు లేవు, వారి లక్ష్యం వైపు ముందుకు సాగడానికి వారికి డబ్బు అవసరం, దాని కోసం విరాళాలు అడిగిన తర్వాత కూడా డబ్బు కొరత లేదా కొరత ఏర్పడింది, అందుకే వారు నిస్సహాయత కారణంగా దోపిడీలకు దిగారు.

ఇరవయ్యవ శతాబ్దం ప్రారంభం నుండి, బెంగాల్ విప్లవకారులు విప్లవం కోసం తమ పద్ధతిలో దొంగలను ఒక భాగంగా చేసుకున్నారు. ప్రసిద్ధ బెంగాల్ పేపర్ 'యుగాంతర్'లోని ఒక కథనం, విప్లవకారులు ఒక పవిత్రమైన పనికి డకోయిటీలను అనుచితంగా భావించలేదని చూపిస్తుంది.

ఒకరోజు ఉదయం సుబోధ్ మాలిక్ ఇంట్లో కలకత్తాలోని వివిధ పరిసర ప్రాంతాల ప్రతినిధుల రహస్య సమావేశం జరిగింది. ఈ సంఘటన 1906-7లో జరిగింది. పి.మిత్రా దీనికి చైర్మన్‌గా వ్యవహరించారు. సీక్రెట్ కమిటీకి డబ్బులు వసూలు చేసేందుకు దోపిడీలు చేయాలనే ప్రతిపాదన వచ్చింది. దీనిపై కొంత మంది మాట్లాడుతూ డకాయిట్‌ను దేశప్రజల ఇంట్లో పెట్టవద్దని, ప్రభుత్వ ఖజానాలో వేయాలని అన్నారు.

ఈ అయితే మరికొందరు సభ్యులు ప్రభుత్వ ఖజానాను కొల్లగొట్టడానికి అవసరమైన శక్తిని పొందాలంటే, మొదట దేశప్రజలను దోచుకోవలసి ఉంటుందని అన్నారు. దీనికి సంపన్నులు డబ్బులు ఇవ్వరని స్పష్టం చేశారు. తరువాత, శ్రీ అరబిందో ఘోష్ స్వేచ్ఛ కోసం దొంగతనానికి పాల్పడిన రాజకీయ అపరాధం పూర్తిగా నిరాధారమని వివరించారు. చివరికి

రంగ్‌పూర్‌కు చెందిన ఓ ప్రతినిధి మాట్లాడుతూ.. దోపిడీ సమయంలో మనం ఏది తెచ్చినా దానికి సరైన లెక్కలు చెప్పాలని, స్వాతంత్ర్యం వచ్చిన తర్వాత ఏది తీసుకున్నా అది ఎవరి నుంచి తీసుకున్నారో వారికి కచ్చితంగా తిరిగి ఇవ్వాలని అన్నారు. ఈ ప్రతిపాదనను అరవింద్ ఘోష్ సమర్థించారు మరియు ఆమోదించారు.

ఈ విప్లవకారులు ఈ నియమాన్ని పూర్తిగా పాటించారు. దోచుకున్న డబ్బుకు సంబంధించిన రసీదును దోచుకున్న వ్యక్తి ఇంటికి పంపించారు. 1916లో కలకత్తాలోని గోపరాయ్ ప్రాంతంలో ఒక దోపిడీ జరిగింది. ఈ దోపిడీకి శ్రీ అతుల్య ఘోష్ మరియు మిస్టర్ పులిన్ బెనర్జీ నాయకత్వం వహించారు. తరువాత, దోపిడీకి గురైన ఇంటి యజమానికి ఒక లేఖ పంపబడింది, అందులో – "మా ట్రెజరీలో రుణంగా మీ ఖాతాలో రూ. 9891 జమ చేయబడింది. ఈ డబ్బు స్వాతంత్ర్యం వచ్చిన తర్వాత వడ్డీతో తిరిగి వస్తుంది." శ్రీ మన్మథనాథ్ గుప్తా, ఈ పోస్టల హేతుబద్ధతను వెలుగులోకి తెస్తున్నారు

అతని పుస్తకం 'భగత్ సింగ్ అండ్ హిస్ ఎరా'లో ఇలాంటి ఆలోచనలు బహిర్గతం చేద్దాం. అతని అర్థం ఏమిటంటే, "విప్లవకారులు తమ ఇళ్లలో నుండి పార్టీ కోసం నగలు దొంగిలించేవారు. బెంగాల్‌లో, ఒక విప్లవకారుడు అతని ఇంటిని దోచుకున్నారు. డబ్బు ఖాతాలు చాలా జాగ్రత్తగా ఉంచబడ్డాయి. చంద్రశేఖర్ మొదలైన వారంతా చాలా పేదరికంలో జీవించేవారు. దోపిడీలు ఐర్లాండ్ మరియు రష్యాలో విప్లవకారులు కూడా పాల్పడ్డారు.బాకు సమీపంలో జరిగిన దోపిడీలో స్టాలిన్ కూడా పాల్గొన్నాడు.ఇంగ్లండ్‌లో సోవియట్ యూనియన్ మొదటి రాయబారి క్రాసిన్ కూడా దోపిడీలలో పాల్గొన్నాడు.దీనిని ఒక విదేశీ విప్లవకారుడి నుండి బలవంతంగా సేకరించిన విరాళం అంటారు. విద్రోహ కమిటీ నివేదిక ప్రకారం, దోపిడీకి పాల్పడిన తర్వాత, విప్లవకారులు "ఇంత మొత్తం తీసుకున్నారు. భారతదేశానికి స్వాతంత్ర్యం వచ్చినప్పుడు రుణం తిరిగి చెల్లించబడుతుంది.

విప్లవకారుల ముందు డబ్బు సమస్య ఎప్పుడూ ఉంటుంది. చంద్రశేఖర్ ఆజాద్ విప్లవ పార్టీలో చేరినప్పుడు, అతను కూడా పార్టీ సభ్యుడు కావడం వల్ల ఈ సమస్యను ఎదుర్కోవలసి వచ్చింది. ఈ సమస్య కారణంగా బృంద సభ్యులు తిండి, బట్టల వంటి కనీస అవసరాలకు కూడా ఇబ్బందులు పడాల్సి వచ్చింది. ఒక్కోసారి సభ్యులకు భోజనం పెట్టడం కూడా కష్టంగా మారింది. కొన్నిసార్లు, ఆహారం అందుబాటులో లేనప్పుడు, విప్లవకారులు బిచ్చగాళ్ల కోసం తెరిచిన లంగర్‌లకు వెళ్లి తమ ఆకలిని తీర్చుకోవాల్సి వచ్చింది, అయితే ఆజాద్ ఈ ప్రదేశాలలో తినడం చాలా అవమానంగా భావించాడు. దీనితో పాటు అనేక ఇతర అవసరాలు కూడా జట్టు ముందు ఉన్నాయి. ఈ సమస్యలన్నింటిని పరిష్కరించేందుకు సంపన్నుల ఇళ్లను దోచుకునేందుకు పథకం వేశారు.

గ్యాంగ్ ఫంక్షన్ల కోసం దోపిడీలు

మరో మార్గం కనిపించకపోవడంతో ఆ బృందం దోపిడీలకు పాల్పడటం మొదలుపెట్టింది. పండిట్ రాంప్రసాద్ బిస్మిల్ దొంగతనాల్లో జట్టుకు నాయకత్వం వహించేవాడు. ప్రతాప్‌గఢ్‌కు సమీపంలోని ఓ గ్రామంలోని ఓ ముఖ్యుడి ఇంట్లో ఈ బృందం తొలిసారిగా దోపిడీకి పాల్పడింది. రాంప్రసాద్ తన సహచరులతో కలిసి దోపిడీకి పాల్పడ్డాడు. ఊరి బయట అదే గ్రామానికి చెందిన కొంతమందిని కలిశాడు. ఎక్కడికి వెళ్తున్నారని గ్రామ ప్రజలు అడిగారు. దీనిపై ఆయన మాట్లాడుతూ గ్రామపెద్దల ఇంట్లో పార్టీ ప్రజలను విందుకు ఆహ్వానించారు.

ఈ దోపిడీలో చంద్రశేఖర్ ఆజాద్ కూడా ఉన్నాడు. చీఫ్ ఇంటికి చేరుకోగానే, దోపిడీకి ముందు, బిస్మిల్ తన సహచరులకు సూచించాడు, "బృందం యొక్క లక్ష్యం డబ్బు సంపాదించడం మాత్రమే; ఎవరినీ చంపడం కాదు. కాబట్టి, డబ్బు మాత్రమే దోచుకోవాలి మరియు కాదు అని గుర్తుంచుకోండి. ఒకరితో పాటు ఒక స్త్రీ ఉంది." ఎవరూ ఏ విధంగానూ అసభ్యకరంగా ప్రవర్తించకూడదు." సహచరులు ఇంట్లోకి ప్రవేశించారు మరియు రాంప్రసాద్ బిస్మిల్ స్వయంగా తన చేతిలో పిస్టల్‌తో బయట నిలబడ్డాడు, తద్వారా ఎవరైనా సహాయం కోసం బయటి నుండి వస్తే, అతన్ని లోపలికి అనుమతించరు.

ముఠా సభ్యులు లోపల దోపిడీ ప్రారంభించారు. ఇంట్లో అరుపులు వినిపించాయి. మహిళలను ఎట్టి పరిస్థితుల్లోనూ బలవంతం చేయవద్దని సూచించగా, వారి ప్రవర్తనను ఆసరాగా చేసుకుని ఓ మహిళ చంద్రశేఖర్ ఆజాద్ చేతిలోని పిస్టల్ లాక్కుంది. ఒక మహిళపై చేయి వేయలేరు. అరుపులు విని, గ్రామంలోని చాలా మంది బయట గుమిగూడారు మరియు వారి సంఖ్య పెరుగుతోంది. వారిని అడ్డుకునేందుకు రాంప్రసాద్ బిస్మిల్ నిలబడ్డాడు. పరిస్థితి సీరియస్‌గా మారింది, అయితే ఎవరికీ ప్రాణాపాయం తప్పలేదు. అప్పుడు బిస్మిల్ తన సహచరులను పారిపోవాలని సంకేతాలు ఇవ్వడంతో సహచరులందరూ పారిపోయారు. ఇక్కడ నుండి ఏమీ స్వాధీనం చేసుకోలేదు, నిజానికి ఒక పిస్టల్ పోగొట్టుకోవాల్సి వచ్చింది. ఆ విధంగా పార్టీ తన మొదటి దోపిడీలో వైఫల్యాన్ని ఎదుర్కొంది.

ఆ తర్వాత ఓ ఇంటి యజమాని ఇంట్లో రెండో చోరీకి పాల్పడ్డారు. విప్లవకారులందరూ ఇంటి లోపల దోచుకోవడం ప్రారంభించారు. ఇంతలో టీమ్‌లోని ఓ వ్యక్తి ఇంటి యువతిని గమనించాడు. అతన్ని చూడగానే ఆ సభ్యుని గుండె చలించింది. ఆ అమ్మాయితో అసభ్యంగా ప్రవర్తించడం మొదలుపెట్టాడు. చంద్రశేఖర్ ఆజాద్ అతన్ని చూసి అలా చేయవద్దని హెచ్చరించాడు. అయితే వారు చెప్పిన మాటలను ఆయన ఏమాత్రం పట్టించుకోలేదు. ఆజాద్ యొక్క ఉదార స్వభావం దీనిని సహించలేకపోయింది; అతను కోపంతో తన సొంత వర్గానికి చెందిన సభ్యుడిని కాల్చాడు. ఆ తర్వాత బాలికతో అసభ్యంగా ప్రవర్తించినందుకు క్షమాపణలు

చెప్పి లూటీ చేయకుండా అక్కడి నుంచి వెళ్లిపోయాడు. కాబట్టి రెండో దోపిడీలో కూడా ఏమీ ప్రమేయం లేదు.

పార్టీ పనుల కోసం ఆజాద్ తన స్నేహితుడి వద్ద నాలుగు వేల రూపాయలు అప్పుగా తీసుకున్నాడు. ఈ డబ్బును ఆరు నెలల తర్వాత వడ్డీతో సహా తిరిగి చెల్లించాల్సి ఉంది. ఇది మునుపటి అధ్యాయంలో ప్రస్తావించబడింది. ఆ స్నేహితుడు కూడా ఈ డబ్బును మరొకరికి ఇచ్చాడు. ఒకరోజు ఆ మిత్రుడు ఆజాద్ వద్దకు వచ్చి తాను ఎవరి దగ్గర డబ్బు తీసుకున్నాడో వాడు తన డబ్బు అడుగుతున్నాడని చెప్పగానే మూడు నెలలు గడిచాయి. కాబట్టి డబ్బు తిరిగి ఇవ్వాలని ఆజాద్‌ను అభ్యర్థించాడు. దీంతో ఆజాద్ తీవ్ర గందరగోళానికి గురయ్యారు. అతను తన పరిస్థితిని ఆ స్నేహితుడికి చెప్పి, మాట ప్రకారం, ఆరు నెలల తర్వాత ఖచ్చితంగా డబ్బు తిరిగి ఇస్తానని చెప్పాడు. దీనిపై ఆ వ్యక్తి తన ముందు తన నిస్సహాయతను వ్యక్తం చేస్తూ, ఈ సమయంలో తన వద్ద కూడా డబ్బులు లేవని, లేకుంటే తానే తిరిగి ఇచ్చేవాడినని, ఆ డబ్బును తిరిగి ఇచ్చేయాల్సిన అవసరం ఉందని చెప్పాడు. తన స్నేహితుడి నిస్సహాయతను చూసిన ఆజాద్ త్వరలో డబ్బును అతని ఇంటికి అందజేస్తానని అతనికి హామీ ఇచ్చాడు. స్నేహితుడికి ఇచ్చిన వాగ్దానాన్ని అనుసరించాల్సిన అవసరం ఉంది, కానీ డబ్బు ఎలా తిరిగి ఇవ్వబడుతుంది. ఈ గందరగోళంలో కొంతసేపు ఆలోచించి ఆజాద్ ఒక నిర్ణయానికి వచ్చాడు; అతను తన మనస్సులో ప్రోగ్రామ్ యొక్క రూపురేఖలను రూపొందించాడు. ఆజాద్ ఢిల్లీలో ఉన్నప్పుడు. మధ్యాహ్నం అతను తన ప్రణాళికను అమలు చేశాడు.

దానిని చర్యగా మార్చడానికి బయలుదేరి చాందినీ చౌక్‌కు చేరుకున్నారు. చాందినీ చౌక్ కూడా ఢిల్లీలో అత్యంత రద్దీగా ఉండే మరియు రద్దీగా ఉండే ప్రదేశాలలో ఒకటి. అతనితో పాటు మరో ఐదు ఆరుగురు స్నేహితులు ఉన్నారు. అందమైన కొత్త బట్టలు వేసుకుని ఆజాద్ ఒక నగల దుకాణం ముందు చేరుకున్నాడు. తన స్నేహితులను బయట నిలబడమని చెప్పి తానే షాపులోకి ప్రవేశించాడు. లోపలికి వెళ్లి నగల వ్యాపారితో ఆభరణాల విలువ, ఇతర విషయాల గురించి మాట్లాడటం ప్రారంభించాడు. అప్పుడు అతను తన సహచరులకు సంకేతాలు ఇచ్చాడు. సిగ్నల్ అందిన వెంటనే బయట నిలబడిన స్నేహితులు కూడా షాపు లోపలికి వెళ్లారు. చుట్టుపక్కల వారు కూడా ఏమీ గమనించలేకపోయారు, ఆజాద్ తన స్నేహితులతో వెళ్ళాడు.

నగల దుకాణంలో పదిహేను వేల రూపాయలు దోచుకుని పరారయ్యారు. సమయానికి ఆ స్నేహితుడికి నాలుగు వేల రూపాయలు తిరిగి వచ్చాయి. డబ్బు తిరిగిచ్చిన తర్వాత ఆ మిత్రుడు ఎక్కడి నుంచి తెచ్చాడో తెలుసుకోవాలనుకున్నప్పుడు కథ మొత్తం చెప్పాడు.

దీనిపై మిత్రుడు మాట్లాడుతూ అమాయకులను ఇలా దోచుకోవడం సరికాదని, దానిని పాపంగా భావించాలన్నారు. అప్పుడు ఆజాద్ ఇలా అన్నాడు, "నాకు, దేశానికి స్వాతంత్ర్యం మొదటిది, దానిని సాధించడం పాపంగా లేదా పుణ్యంగా నేను భావించను, ఈ ధనవంతులను దోచుకోవడం నేను పాపంగా భావించను. ఈ వ్యక్తులు పీల్చడం ద్వారా ధనవంతులు అవుతారు. పేద ప్రజల రక్తం.. నిజానికి వారి వద్ద జమ చేసిన డబ్బు దేశ సంపద, దానిని దేశ పనికి ఉపయోగించడం పాపం కాదు. అది విని అతని స్నేహితుడు మూగబోయాడు. చంద్రశేఖర్ ఆజాద్ యొక్క మొత్తం విప్లవాత్మక జీవితాన్ని రెండు భాగాలుగా విభజించవచ్చు. కాకోరి సంఘటన వరకు అతను 'హిందూస్థాన్ రిపబ్లికన్ అసోసియేషన్' లో సభ్యుడిగా ఉన్నారు. ఇక్కడ అతను సచీంద్రనాథ్ సన్యాల్ నాయకత్వంలో పనిచేశాడు, రాంప్రసాద్ బిస్మిల్ మొదలైన విప్లవకారులు అతని సహచరులు. ఇది అతని విప్లవాత్మక జీవితంలో మొదటి సగం అని చెప్పవచ్చు. ఈ సంఘటన తరువాత, అతను భగత్ సింగ్ మొదలైనవారితో కలిసి విప్లవ కార్యకలాపాలు నిర్వహించాడు. అది అతని జీవితంలో చివరి భాగం అని పిలువబడుతుంది.

గవర్నర్ సెక్రటరీగా నటిస్తూ మోసం చేస్తున్నారు

అతని తరువాతి జీవితంలో కూడా, ఈ రకమైన దోపిడీకి ప్రణాళిక చేయబడింది, కానీ భగత్ సింగ్ ప్రజాధనాన్ని దోచుకోవడానికి అనుకూలంగా లేదు. అందువల్ల, దోపిడీలు నిర్వహించబడలేదు, కానీ సాధారణంగా డబ్బు ఇతర మార్గాల ద్వారా సేకరించబడింది. ఇప్పుడు ఆయన సొంత పార్టీ అధ్యక్షుడిగా ఉన్నారు. ఒకసారి అతను కాన్పూర్‌కి చెందిన ఒక సేథ్ నుండి గవర్నర్ కార్యదర్శిగా నటిస్తూ పదిహేను వేల రూపాయలు దోచుకున్నాడు.

సంఘటన ఇలా ఉంది – రాత్రి తొమ్మిది గంటల ప్రాంతంలో. సేథ్ దిల్‌సుఖ్ రాయ్ తన అకౌంటెంట్‌తో కలిసి ఖాతాల పుస్తకాలను తనిఖీ చేస్తున్నాడు. అప్పుడు సేఠ్జీ సేవకుడు వెళ్లి, ఎవరో పెద్దమనిషి తనను కలవాలనుకుంటున్నారని చెప్పాడు. సేఠ్జీ వారితో మాట్లాడమని అకౌంటెంట్‌ని పంపాడు. మునిష్జీ వారితో మాట్లాడటానికి వచ్చి తిరిగి వచ్చి గవర్నర్ సెక్రటరీ వచ్చాడని చెప్పాడు. అతనితో పాటు ఒక బాబు, ఒక ప్యూన్ కూడా ఉన్నారు. వారు ఇప్పుడే మిమ్మల్ని కలవాలనుకుంటున్నారు. ఇది విన్న సేఠ్‌జీ స్వయంగా ఆయనను కలవడానికి వెళ్లి గౌరవంగా లోపలికి తీసుకువచ్చాడు. అతన్ని చాలా గౌరవంగా కూర్చోబెట్టారు. చేతులు ముడుచుకుని సెక్రటరీని రావడానికి కారణం అడిగాడు సేఠ్‌జీ. దీనిపై సెక్రటరీ మాట్లాడుతూ.. "యుద్ధంలో ప్రభుత్వానికి నిధుల కొరత ఉంది.. అందుకే ప్రభుత్వం పెద్ద పెద్ద ధనవంతుల నుంచి విరాళాలు అడుగుతోంది.. అందుకే విరాళాలు అడిగేందుకు గవర్నర్ సాహెబ్ తరఫున మీ వద్దకు వచ్చాను. ."

“మిమ్మల్ని ఇబ్బంది పెట్టాల్సిన అవసరం ఏమిటో మీరు నాకు చెప్పినట్లయితే, నేను మీకు సేవ చేయడానికి అందుబాటులో ఉండేవాడిని” అని సేర్జీ చెప్పాడు.

“నేను మీ దగ్గరకు వచ్చినా, మీరు నా దగ్గరకు వచ్చినా తేడా ఏమిటి, అదే విషయం.”

“అయ్యా, మీరు నా ఇంటికి రావడం చాలా గొప్ప విషయం.

నేను ఎంత సేవ చేయాలో దయచేసి నాకు చెప్పండి?”

“సేర్జీ, చందా గవర్నర్ సాహెబ్ ప్రజల ఆదాయపు పన్నును స్వయంగా నిర్ణయించారు, అందుకే మీ పేరు మీద పదిహేను వేల రూపాయలు వ్రాయబడ్డాయి.”

మొత్తం చాలా పెద్దది. సేర్జీ నిరుత్సాహంగా చూస్తున్న సేర్జీని చూసి సెక్రటరీ సాహెబ్ తన రెండవ షాట్ విసిరాడు, “నువ్వు మామూలు మనిషివి కావు, నువ్వు చెల్లించే ఆదాయపు పన్నును పరిగణనలోకి తీసుకుంటే, ఇంత డబ్బు ఎక్కువ కాదు. గవర్నరు గారు మీ పట్ల చాలా సంతోషించారు, ఆయన మీకు ఇస్తారు. వచ్చే ఏడాది రాయ్ బహదూర్ టైటిల్.” ఇస్తాను.

రాయ్ బహదూర్ టైటిల్ పేరు వినగానే సేఠ్ దిల్సుఖ్రాయ్ ఆనందానికి అవధులు లేవు. ఆ అవకాశాన్ని సద్వినియోగం చేసుకుంటూ సెక్రటరీ సాహెబ్ మళ్లీ “వచ్చే ఏడాది ఈ బిరుదు ఇచ్చేవారి జాబితాలో నీ పేరు కూడా ఉంది. అర్థం చేసుకో, నువ్వు రాయ్ బహదూర్ అయ్యావు. ఇక ఫార్మాలిటీస్ మాత్రమే పూర్తి కావాలి.”

ఆ రోజుల్లో రాయ్ బహదూర్ బిరుదు పొందడం గొప్ప గౌరవంగా భావించేవారు. ఆ విధంగా, ఇంత పెద్ద గౌరవాన్ని పొందడం గురించి విన్న తర్వాత, సేర్జీ తన ఆనందాన్ని కష్టంతో అణచుకోగలిగాడు, లేకపోతే అతని హృదయం ఆనందంతో ఉప్పొంగింది. ఈ సమయంలో అతను ఏమి ఆలోచిస్తున్నాడో తెలియదు. ఇక్కడ, సెక్రటరీ సాహెబ్ మరియు అతని సహచరులు కూడా సేఠ్‌జీ ఆలోచనలను అర్థం చేసుకుంటారు మరియు వారి హృదయాలలో నవ్వుతున్నారు. అతను సేఠ్‌ను చాలా ప్రశంసించాడు మరియు ఇప్పుడు అతని బిరుదును ఎవరూ తీసివేయలేరని అతనికి పూర్తి హామీ ఇచ్చారు. సంభాషణ సమయంలో, సేర్జీ పదిహేను వేల రూపాయలు విరాళంగా ఇచ్చాడు. సెక్రటరీ తన వెంట రసీదు పుస్తకం తెచ్చాడు. వెంట వచ్చిన బాబు రశీదు తయారు చేసి సెట్జీకి ఇచ్చాడు. సెక్రటరీ సాహెబ్ తన బాబు మరియు ప్యూన్‌తో కలిసి నడవడం ప్రారంభించాడు. పేద సేఠ్‌జీకి రాయబహదూర్ బిరుదు లభించిన ఆనందంతో వెర్రివాడు.

కొద్దిసేపటికే ఆ సేవకుడు పోలీసుల రాకను సేఠ్‌జీకి తెలియజేశాడు. అప్పుడు ఒక సి.ఐ.డి. ఇన్ స్పెక్టర్ నలుగురైదుగురు పోలీసులతో లోపలికి వచ్చాడు. అతను వచ్చిన వెంటనే, అతను సెట్జీని అడిగాడు, “ఇప్పుడే మీ ఇంటికి ఎవరు వచ్చారు?”

"గవర్నర్ సెక్రటరీ విరాళాలు అడగడానికి వచ్చారు." సేఠ్‌జీ అన్నారు.

"అతనితో ఇంకెవరు ఉన్నారు?"

"అతను అతనితో తన క్లర్క్ మరియు ఒక ప్యూన్ ఉన్నాడు."

ఇన్స్పెక్టర్ అతని రూపాన్ని, సైజు వగైరా అడిగాడు. సేఠ్జీ కథ మొత్తం చెప్పాడు. దీనిపై ఇన్‌స్పెక్టర్, "మీరు వారికి విరాళం ఇచ్చారా?"

"అవును అండి!" సేఠ్‌జీ అన్నారు.

"ఎంత?"

"పదిహేను వేల రూపాయలు."

అప్పుడు ఇన్‌స్పెక్టర్, "నువ్వు మోసపోయావు సేఠ్జీ, నీకు పెద్ద మోసం జరిగింది. ఆ ముగ్గురూ కార్యదర్శులు, బాబులు లేదా గుమాస్తాలు కాదు. వారు చంద్రశేఖర్ ఆజాద్, భగత్ సింగ్ మరియు రాజ్‌గురు" అని చెప్పాడు. మీరు సేఠ్జీని కడితే, రక్తం ఉండదు; అతను భూమి మొత్తం తిరుగుతున్నట్లు చూడటం ప్రారంభించాడు మరియు అకస్మాత్తుగా అతను తన చెవులను నమ్మలేకపోయాడు. అనవసరంగా పదిహేను వేల రూపాయలు పోగొట్టుకున్నాడు. అతను అకౌంటెంట్‌పై కోపంగా ఉన్నాడు మరియు తన మూర్ఖత్వానికి ఏడుస్తున్నాడు.

గడోడియా స్టోర్ దోపిడీ

భగత్ సింగ్ అరెస్టు తర్వాత కూడా ఆజాద్ పార్టీ పనిని కొనసాగించారు. కొన్ని బాంబు కర్మాగారాలు ఇప్పటికీ పనిచేస్తున్నాయి, అయితే సమూహంలోని చాలా మంది ముఖ్య సభ్యులను అరెస్టు చేశారు. అలాంటి సమయాల్లో ఆజాద్ నిశ్శబ్దంగా కూర్చోవడం నేర్చుకోలేదు. అందుకే డబ్బు కొరతను అధిగమించేందుకు 1930 జూన్ 6న ఢిల్లీలోని ఓ మోటార్ కంపెనీలో దోపిడీకి పాల్పడ్డారు. ఈ దోపిడీని గడోడియా స్టోర్ అని పిలుస్తారు. ఈ దోపిడీకి స్వయంగా చంద్రశేఖర్ ఆజాద్ నాయకత్వం వహించాడు. అతడితో పాటు టీమ్‌లోని ఇతర సభ్యులు కాశీరామ్, ధన్వంతిత్, విద్యాభూషణ్ తదితరులు కూడా ఆయన వెంట వెళ్లారు. ఈ దోపిడీలో పదమూడు వేల రూపాయలు పోయాయి.

ఈ దోపిడీకి సంబంధించిన ఆశ్చర్యకరమైన అంశం ఏమిటంటే, ఈ దోపిడీని విప్లవకారులు చేశారని ఈ దుకాణం యజమాని తెలుసుకున్నప్పుడు, అతను దర్యాప్తు కోసం తదుపరి విషయాన్ని కొనసాగించలేదు. లాహోర్ ఘటనలో ఇన్‌ఫార్మర్‌గా మారిన అదే వర్గానికి చెందిన కైలాసపతి వాంగ్మూలాల తర్వాత ఈ దోపిడీ వెలుగులోకి వచ్చింది.

కాకోరి సంఘటన

అన్ని ప్రయత్నాలు చేసినప్పటికీ, విప్లవ పార్టీకి నిధుల కొరత ఏర్పడింది. దీంతో పార్టీ కార్యక్రమాలు సజావుగా సాగలేదు. అందుకే టీమ్ పెద్ద అడుగు వేయాలని నిర్ణయించుకుంది. ఈ విషయం గురించి పండిట్ రాంప్రసాద్ బిస్మిల్ తన ఆత్మకథలో ఇలా వ్రాశారు-

ఈ సమయంలో కమిటీ ఆర్థిక పరిస్థితి మరీ దారుణంగా ఉంది. డబ్బును నిర్వహించడం ఖచ్చితంగా అవసరం. కానీ అది ఎలా జరుగుతుంది? ఎవరూ విరాళాలు ఇవ్వడం లేదు, రుణం లభించకపోవడంతో కొంత పరిష్కారం దొరకడంతో దోపిడీకి పాల్పడ్డారు. కానీ ఫలానా వ్యక్తి ఆస్తులను దోచుకోవడం మా ఉద్దేశం కాదు. ఆలోచించి, దోచుకోవాలంటే ప్రభుత్వ ఆస్తులను ఎందుకు దోచుకోకూడదు? ఒకరోజు, ఈ గందరగోళం మధ్య, నేను రైలులో ప్రయాణిస్తున్నాను. గార్డ్ కంపార్ట్‌మెంట్ దగ్గర కారులో కూర్చున్నాడు. స్టేషన్ మాస్టర్ ఒక బ్యాగ్ తెచ్చి గార్డు కంపార్ట్ మెంట్ లో పెట్టాడు. కొంచెం చప్పుడు వినిపించింది మరియు నేను దిగి చూసాను, అక్కడ ఒక ఇనుప పెట్టె ఉంచబడింది.

అందులో బ్యాగ్ పెట్టాలి అనుకున్నాను. అలాగే పక్కనే స్టేషన్‌లో బ్యాగ్‌ను అందులో ఉంచడం చూశారు. ఇనుప పెట్టె కంపార్ట్‌మెంట్‌లో గొలుసులతో కట్టి ఉండొచ్చని, తాళం వేసి ఉంటుందని, అవసరమైనప్పుడు తాళం తెరిచి బయటకు తీయవచ్చని అంచనా వేశారు. కొన్ని రోజుల తర్వాత లక్నో స్టేషన్‌కి వెళ్లే అవకాశం వచ్చింది. కూలీలు బండి నుంచి ఐరన్ రెవెన్యూ బాక్సులను దింపుతుండడం చూశారు. తనిఖీ అనంతరం వాటిపై గొలుసు, తాళం లేదని తేలింది, అలాగే ఉంచారు. ఆ క్షణంలోనే నేను అతనిని కొట్టాలని నిర్ణయించుకున్నాను. ఆ క్షణమే ట్యూన్ ఆక్రమించింది. వెంటనే ఆ ప్రదేశానికి వెళ్లి టైం టేబుల్ చూసుకుని, సహారాన్‌పూర్ నుంచి రైలు నడుస్తుందని, లక్నో వరకు రోజుకు పదివేల రూపాయల ఆదాయం రావాలని అంచనా వేసుకున్నాం.. ఈ ప్లాన్ పండిట్‌రామ్ మనసులోంచి వచ్చిందని స్పష్టమవుతోంది. ప్రసాద్ బిస్మిల్ ఉత్పత్తి ఉండేది. అందుకోసం 1925 ఆగస్టు 9వ తేదీని నిర్ణయించారు. వెళ్లిన ఇందుకోసం పార్టీకి చెందిన పది మంది యువకులను ఎంపిక చేశారు – పండిట్ రాంప్రసాద్ బిస్మిల్, అష్ఫాఖుల్లా ఖాన్, రాజేంద్రనాథ్ లాహిరి, చంద్రశేఖర్ ఆజాద్, మన్మథనాథ్ గుప్తా, బన్వరీలాల్, సచీంద్రనాథ్ బక్షి, మురారీలాల్, కేశవ్ చక్రవర్తి మరియు ముకుందిలాల్.

8 డౌన్ ప్యాసింజర్ రైలు సహారాన్‌పూర్ నుండి నడిచేది మరియు అన్ని స్టేషన్ల నుండి ఆదాయాన్ని సేకరించిన తర్వాత, అది లక్నో చేరుకుంది. అందువల్ల, నిర్ణీత సమయంలో ఈ హీరోలు తమ ప్రచారానికి బయలుదేరారు. ఈ విషయం గురించి మన్మథనాథ్ గుప్తా ఇలా వ్రాశారు - "9వ తేదీ సాయంత్రం, మేము షాజహాన్‌పూర్ నుండి ఆయుధాలు, ఉలి, క్యూబ్‌లు, సుత్తి మొదలైన ఆయుధాలతో రైలు ఎక్కాము. ఈ రైలులో రైల్వే నిధితో పాటు మరికొంత నిధి కూడా వెళుతోంది. దానితో ఇది కాకుండా, వాహనంలో చాలా తుపాకులు ఉన్నాయి.

కొన్ని శ్వేతజాతీయుల ప్లాటూన్లు కూడా ఆయుధాలతో ఉన్నాయి, బహుశా ఉన్నత తరగతికి చెందిన ఒక మేజర్ కూడా ఉన్నారు. మా స్కౌట్ సమాచారం అందించినప్పుడు,

మేము గందరగోళానికి గురయ్యాము. Mr. అష్ఫాక్ బహుశా అతను ప్రజల మనస్సులలో తన నిషేధాన్ని మళ్లీ విధించడానికి ప్రయత్నించాడు, కానీ మేము బరువు కలిగి ఉన్నాము. మేము చాలా ముందుకు వచ్చాము, మాకు తిరిగి రావడం కష్టం మరియు మేము తిరిగి రావడానికి కూడా ఇష్టపడలేదు. ఒక ముఖ్యమైన విషయం ఏమిటంటే అష్ఫాక్ వారు తిరస్కరిస్తున్నారు, కానీ వారి ప్రయత్నాలు ఫలించకపోవడాన్ని చూసి, మేము పని చేయాలని నిర్ణయించుకున్నప్పుడు, వారు సన్నద్ధమయ్యారు, వారి అందమైన, పెద్ద కళ్ళు ప్రకాశవంతంగా వెలిగిపోయి, వారి పాత్రను పోషించడం ప్రారంభించాయి.

శ్రీ అష్ఫాఖుల్లా, రాజేంద్ర లాహిరి మరియు సచింద్రనాథ్ బక్షి రెండవ తరగతి కంపార్ట్‌మెంట్‌లో ప్రయాణిస్తున్నారు, మరికొందరు మూడవ తరగతిలో కూర్చున్నారు.కొంతమంది సభ్యులను ప్రత్యేక ప్రయోజనం కోసం రెండవ తరగతి కంపార్ట్‌మెంట్‌లో కూర్చోబెట్టారు. రైలును లాగి కాకోరి వద్ద ఆపవలసి వచ్చింది. గొలుసు, కానీ మూడవ తరగతి కంపార్ట్‌మెంట్‌లోని గొలుసులు తరచుగా తప్పుగా ఉంటాయి.

సమూహంలో నాలుగు కొత్త మౌజర్ పిస్టల్స్ ఉన్నాయి, ఒక్కొక్కటి యాభై కంటే కొంచెం ఎక్కువ కాట్రిడ్జ్‌లు మరియు ఇతర చిన్న ఆయుధాలతో ఉన్నాయి. కకోరి లక్నో జిల్లాలోని ఒక చిన్న గ్రామం. ఈ ప్రదేశానికి కొద్ది దూరం మాత్రమే ఉండడంతో చైన్ లాగి వాహనాన్ని నిలిపివేశారు. రైలు ఆగగానే, ప్రయాణికులు దిగి గార్డు కంపార్ట్‌మెంట్ వైపు వెళ్లడం మొదలుపెట్టారు, కొందరు కిటికీల నుండి తలలు బయటకి పెట్టడం ప్రారంభించారు, ఆపై గార్డు కూడా దిగి చైన్ లాగిన కంపార్ట్‌మెంట్ వైపు వెళ్లడం ప్రారంభించాడు. విప్లవకారులు వెంటనే కోచ్‌ల నుండి సమాధానం ఇచ్చారు. ప్రయాణికులను కోచ్‌లలోకి ఎక్కించాల్సిందిగా ఆదేశించాడు.

ఇచ్చాడు, కానీ అతను లేకుండా రైలు కదలకుండా ఉండటానికి గార్డును నేలపై పడుకోమని అడిగాడు. ఇద్దరు వ్యక్తులు ట్రాక్‌కి ఇరువైపులా కొంత దూరంలో నిలబడి, వెయ్యి గజాల వరకు కొట్టగలిగే మౌజర్ పిస్టల్‌లను చేతిలో పట్టుకున్నారు. ఆకాశం వైపు అడపాదడపా కాల్పులు జరపమని వారిని అడిగారు, కానీ ఒక యువకుడు మూర్ఖంగా ముందు వైపు కాల్పులు జరిపాడు, అది ఒక ప్రయాణికుడిని చంపింది. ఆ వ్యక్తి బహుశా లేడీస్ కంపార్ట్‌మెంట్‌లో కూర్చున్న తన భార్యను ఓదార్చబోతున్నాడు.

పార్టీలోని మిగిలిన సభ్యులు గార్డు కంపార్ట్‌మెంట్‌లోకి ఎక్కారు. ఐరన్ బాక్స్ బయటకు తీశారు. పెట్టె ముక్కలుగా విభజించబడింది, దాని నుండి తీసిన సంచులు షీట్లతో కట్టబడ్డాయి. అదే సమయంలో, లక్నో నుండి మరొక మెయిల్ లేదా ఎక్స్‌ప్రెస్ రైలు కూడా

వస్తోంది. ఇందులో విప్లవకారులకు కూడా ఇది ఎక్కడా ఆగకపోవచ్చని, అందులో సాయుధులైన వ్యక్తులు ఉండవచ్చని కూడా కొన్ని సందేహాలు వచ్చాయి.

మనుషులు ఉండకూడదు. శ్రీ మన్మథనాథ్ గుప్తా ఈ సంఘటనను ఇలా వర్ణించారు - "బ్యాగులు తీసి ఒక షీట్‌లో కట్టారు. అదే సమయంలో, లక్నో నుండి మెయిల్ లేదా ఎక్స్‌ప్రెస్ రైలు వస్తోంది. ఆ రైలు చాలా బిగ్గరగా ఉంది. ఆమె అటుగా వెళుతోంది. మా గుండెలు కొట్టుకుంటున్నాయి. మేము అనుకుంటున్నాము . ఈ వాహనం ఎక్కడో ఆగి, అందులో నుంచి కొందరు సాయుధులైన వ్యక్తులు బయటకు వస్తే, మనలో ఇద్దరు-నలుగురు చనిపోవడం ఖాయం. సరే, కారు ఎలాగో దాటిపోయింది. రైలు మా పక్కనే వెళుతున్నప్పుడు, మేము తుపాకీలను కొంచెం దాచి, రైలు బయలుదేరినప్పుడు, మేము మా పని ప్రారంభించాము. మేము ఈ పనులన్నీ చాలా త్వరగా ముగించాము, బహుశా పది నిమిషాలలోపే, సంచులతో పొదలు వైపు వెళ్ళాము."

ఈ దోపిడీ తర్వాత విప్లవకారులు లక్నో వైపు వెళ్లారు. దారిలో డబ్బు తీసి వాన నీళ్లలో తోలు సంచులు పడేసి అందరూ లక్నో చేరుకున్నారు. ఈ దోపిడీలో ఈ యువకులకు ఎలాంటి వ్యతిరేకత ఎదురుకాలేదు. కాగా వాహనంలో పద్నాలుగు మంది వ్యక్తులు కూడా ఆయుధాలు కలిగి ఉన్నారు. ఇద్దరు సాయుధ తెల్ల సైనికులు కూడా ఉన్నారు. వాహనం డ్రైవర్, ఇంజనీర్ భయపడి టాయిలెట్‌లో దాక్కున్నారు. ప్రయాణీకులకు ఎవరూ ఏమీ చెప్పరని హామీ ఇవ్వడానికి ముందుగానే చెప్పబడింది; ప్రభుత్వ ఖజానా మాత్రమే కొల్లగొడుతుంది.

అందువల్ల, వారు శాంతియుతంగా కూర్చోవాలి. వాహనం చుట్టూ పెద్ద సంఖ్యలో ప్రజలు ఉన్నారని వాహనంలో కూర్చున్న వారికి అర్థమైంది, అయితే ఈ పని కేవలం పది మంది యువకులు మాత్రమే చేసారు, వీరిలో ఎక్కువ మంది ఇరవై రెండు సంవత్సరాల వయస్సు గలవారు. అవును, ఈ యువకులందరి శరీరాలు ఖచ్చితంగా ఆరోగ్యంగా మరియు బలంగా ఉన్నాయి. ఈ దోపిడి విజయం ఒకవైపు ఆ బృందానికి కష్టాల నుంచి విముక్తి కల్పిస్తూనే మరోవైపు యువతలో ధైర్యం కూడా పెరిగింది. దీనితో పాటు, కొత్త ఆయుధాలు కూడా కొనుగోలు చేయబడ్డాయి మరియు తదుపరి ప్రణాళిక కూడా ప్రారంభించబడింది.

వరుస అరెస్టులు

కాకోరి ఘటన ప్రభుత్వానికి బహిరంగ హెచ్చరిక లాంటిది. వెంటనే పోలీసులు చురుగ్గా మారారు. పలు ప్రాంతాల్లో దాడులు నిర్వహించి సోదాలు నిర్వహించారు. ఇంటెలిజెన్స్ విభాగం కూడా తన స్థాయి నుంచి వెతకడం ప్రారంభించింది. దోపిడీలో కేవలం పది మంది మాత్రమే

పాల్గొన్నప్పటికీ, నలభై మందిని త్వరలోనే అరెస్టు చేశారు. ఈ కేసుతో ఎలాంటి సంబంధం లేని వ్యక్తులను కూడా అరెస్టు చేశారు. ఈ రకమైన వ్యక్తులు తరువాత వదిలివేయబడ్డారు.

షాజహాన్‌పూర్‌కు చెందిన బన్వారీలాల్ మరియు ఇందుభూషణ్ మిత్రా మరియు కాన్పూర్‌కు చెందిన గోపీమోహన్ కూడా అరెస్టయ్యారు, అయితే వారిలో మొదటి ఇద్దరు ఇన్‌ఫార్మర్లుగా మారారు మరియు గోపీమోహన్ సాహ్ ప్రభుత్వ సాక్షిగా మారడానికి అంగీకరించారు. ఈ దోపిడీలో పాల్గొన్న బన్వారీలాల్ కూడా ఒప్పుకోలు సాక్షిగా మారాడు. ఈ వ్యక్తులు పోలీసులకు ప్రతిదీ చెప్పారు, బనారస్ సెంటర్ నుండి ఇన్ఫార్మర్ మాత్రమే కనుగొనబడలేదు, అందువల్ల పోలీసులు ఈ కేంద్రం గురించి ఏమీ కనుగొనలేకపోయారు. ఈ నలుగురు మినహా మిగిలిన ఇరవై నాలుగు మంది నిందితులుగా రుజువైంది. 21 మందిని అరెస్టు చేశారు మరియు అష్ఫాఖుల్లా ఖాన్, చంద్రశేఖర్ ఆజాద్, సచింద్రనాథ్ బక్షి పోలీసులకు చిక్కలేదు. వాటిని పరారీ ప్రకటించబడింది.

తర్వాత దామోదర్ స్వరూప్ సేథ్ తీవ్ర అస్వస్థత కారణంగా విడుదలయ్యారు. మథుర-ఆగ్రా సెంటర్‌కు చెందిన శివచరణ్‌లాల్ మరియు ఒర్రై-కాన్పూర్ సెంటర్‌కు చెందిన వీరభద్ర తివారీపై అనుమానాస్పద కారణాల వల్ల కేసు ఉపసంహరించబడింది.

వ్యాజ్యం

మిగిలిన అరెస్టయిన నిందితులను ఈ క్రింది ఆరోపణలపై విచారించారు:

1. సెక్షన్ 121 బ్రిటిష్ చక్రవర్తిపై యుద్ధ ప్రకటన.
2. ఆర్టికల్ 120 రాజకీయేతర కుట్ర.
3. సెక్షన్ 396 హత్య మరియు దోపిడీ.
4. సెక్షన్ 302 హత్య.

ఈ సందర్భంలో, పండిట్ జగత్నారాయణ్ ముల్లా ప్రభుత్వం తరపున ప్రాతినిధ్యం వహించారు, అతనికి రోజుకు రూ. 500 చెల్లించారు. పండిట్ గోవింద్ వల్లభ్ పంత్, బహదుర్జీ, చంద్రభాన్ గుప్తా మరియు మోహన్ లాల్ సక్సేనా నిందితుల తరఫు న్యాయవాదులుగా ఉన్నారు. ఈ కేసులో ప్రభుత్వం పది లక్షల రూపాయలకు పైగా ఖర్చు చేసింది.

శ్రీ అష్ఫాఖుల్లా ఖాన్ మరియు శ్రీ సచింద్రనాథ్ బక్షిని తరువాత అరెస్టు చేశారు, అందువల్ల వారిపై కేసు కూడా విడిగా నిర్వహించబడింది.

అలంకరించు

కాకోరి ఘటనలోని ఈ రెండు కేసుల్లో నిందితులు ఈ క్రింది శిక్షలను పొందారు-

ఉరి శిక్ష - పండిట్ రాంప్రసాద్ బిస్మిల్, ఠాకూర్ రోషన్ సింగ్, రాజేంద్రనాథ్ లాహిరి మరియు అష్ఫుర్కుల్లా ఖాన్. - కాలాపానికి- సచీంద్రనాథ్ సన్యాల్ మరియు సచింద్రనాథ్ బక్షి.

పద్నాలుగు సంవత్సరాల జైలు శిక్ష - మన్మథనాథ్ గుప్తా.

పదేళ్ల జైలు శిక్ష - యోగేశ్చంద్ర ఛటర్జీ, ముకుందిలాల్, గోవింద్ చరణ్ కర్, రాజ్‌కుమార్ సింగ్ మరియు రామకృష్ణ ఖత్రీలు. ఏడేళ్ల జైలు శిక్ష - విష్ణుశరణ్ డబ్లిష్ మరియు సురేష్ భట్టాచార్యకు.

ఐదేళ్ల జైలు శిక్ష - భూపేంద్రనాథ్ సన్యాల్, ప్రేమ్ కృష్ణ ఖన్నా మరియు రామదులారే ద్వివేది.

నాలుగు సంవత్సరాల జైలు శిక్ష - ప్రణవేష్ ఛటర్జీ

బన్వారీ లాల్ ఒప్పుకోలు సాక్షిగా మారినప్పటికీ, అతనికి ఇంకా శిక్ష విధించబడింది. అందుకోకుండా ఉండలేకపోయింది. కోర్టు అతనికి ఐదేళ్ల శిక్ష కూడా విధించింది. మన్మథనాథ్ గుప్తా, యోగేష్‌చంద్ర ఛటర్జీ, ముకుందిలాల్, గోవింద్‌చరణ్ కర్, విష్ణుశరణ్ డబ్లిష్ మరియు సురేష్ భట్టాచార్యలపై ప్రభుత్వం మళ్లీ అప్పీల్ చేసింది. ఈ ఆరుగురు నిందితుల్లో యోగేష్‌చంద్ర ఛటర్జీ, ముకుందిలాల్ మరియు గోవింద్ చరణ్ కర్‌లకు గతంలో పదేళ్ల జైలు శిక్ష విధించగా, ఆ తర్వాత వారి శిక్షలను పెంచి కాలాపానీగా మార్చారు, విష్ణుశరణ్ డుబ్లిష్ మరియు సురేశ్ చత్తాచార్యలకు ఏడేళ్ల జైలు శిక్ష పడింది. పెంచారు.పదేళ్లకు తగ్గించారు. మన్మథనాథ్ గుప్తా చిన్న వయస్సు కారణంగా అతని వాక్యం అలాగే ఉంది.

తీర్పు తర్వాత

ఈ నిర్ణయానికి వ్యతిరేకంగా దేశం మొత్తం నిరసన గళం వినిపించింది. ఉరిశిక్ష రద్దు చేయాలని దేశవ్యాప్తంగా ఉద్యమాలు జరిగాయి. సెంట్రల్ అసెంబ్లీ సభ్యులు సంతకాల ప్రచారాన్ని నిర్వహించడం ద్వారా వైస్రాయ్ దయ కోసం విజ్ఞప్తి చేశారు. అమలు తేదీలు రెండుసార్లు వాయిదా పడ్డాయి. ప్రివీ కౌన్సిల్‌కు కూడా అప్పీల్ చేసినా ఫలితం శూన్యం. అంతిమంగా, బ్రిటిష్ ప్రభుత్వం తన క్రూరత్వాన్ని ప్రదర్శించింది, 1927 డిసెంబర్ 17న రాజేంద్ర లాహిరిని గోండా జైలులో, డిసెంబర్ 19న రాంప్రసాద్ బిస్మిల్‌ను గోరఖ్‌పూర్ జైలులో ఉంచారు, అదే రోజు అష్ఫాఖుల్లా ఖాన్‌ను ఫైజాబాద్ జైలులో, 18న డిసెంబరులో అలహాబాద్ జైల్లో పెట్టారు. రోషన్ సింగ్‌ను ఉరితీశారు. ఈ విధంగా ఈ సమూహం విచ్ఛిన్నమైంది. చంద్రశేఖర్ ఆజాద్ మాత్రమే పోలీసులకు చిక్కలేదు. దీనితో అతని విప్లవ జీవిత ప్రథమార్థం ముగిసింది.

IV అధ్యాయం

విరామం కాలం

కాకోరి ఘటన తర్వాత పోలీసులు ఎంత ప్రయత్నించినా అరెస్ట్ చేయలేకపోయిన వ్యక్తి చంద్రశేఖర్ ఆజాద్ మాత్రమే. కాకోరి ఘటనపై నిర్ణయం వెలువడే వరకు ఆజాద్ ఎక్కడున్నాడో పార్టీ ప్రజలకు కూడా తెలియదు. శ్రీ మన్మథనాథ్ గుప్తా ప్రకారం, ఈ సంఘటన తర్వాత, అతను జట్టు సభ్యులను తన ఇంటికి వెళ్లమని అడిగాడు, అయితే అతని ఇల్లు ఉన్నావ్ లేదా భబ్రా అని జట్టు సభ్యులకు కూడా తెలియదు. ఈ కేసులో అతని సహచరులందరినీ అరెస్టు చేశారు. కానీ ఉచితం అతడి ఆచూకీ కోసం పోలీసులు బావులు, చెరువులు తదితర ప్రాంతాల్లో కూడా వెతికారు. ఈ అంశం డాక్టర్ భగవందాస్ మహోర్ రాశారు-

"బలవంతుడైన బ్రిటిష్ ప్రభుత్వం, అతనిని అరెస్టు చేసే ప్రయత్నంలో ఉంది. ఏ రాయి వదలలేదు. ఆజాద్‌పై వేల రూపాయల రివార్డు ప్రకటించారు. వారు చెప్పినట్లు; బావులు, నదులన్నీ వెతికారు. గుహలలోకి ప్రవేశించి అన్వేషించండి. కానీ ఆజాద్ రుద్రనారాయణ అతనితో అత్యంత శాంతితో జీవించాను." ఇంతలో, అతని నివాసం ఝాన్సీ మరియు దాని పరిసర ప్రాంతాలు. ఇది మాత్రమే. ఈ రోజుల్లో ఝాన్సీలోని పార్టీ కేంద్రమే వారి తలదాచుకునే ప్రదేశం ఉంది. అలాంటి పరిస్థితుల్లో కొన్ని రోజులు ప్రశాంతంగా ఉండాల్సిన అవసరం ఏర్పడింది.

కాకోరి సంఘటన నుండి భగత్ సింగ్‌తో కొత్త పార్టీ ఏర్పాటు వరకు. ఈ సమయాన్ని ఆజాద్ విప్లవ జీవితానికి మధ్యంతర కాలం అని చెప్పవచ్చు. ఈ కాలంలో అతని క్రింది కార్యకలాపాలు ఉన్నాయి-

ఝాన్సీలో

పరారీలో ఉండగా మొదట ఝాన్సీకి చేరుకున్నాడు. ఇక్కడ మోటర్ డ్రైవింగ్ మరియు మెకానిక్ పని నేర్చుకున్నాడు మరియు బుందేల్‌ఖండ్ మోటార్ కంపెనీలో పనిచేశాడు. ఇక్కడ పనిచేస్తున్నప్పుడు ఒకసారి ప్రమాదానికి గురయ్యాడు. ఒక కారు స్టార్ట్ కాలేదు, ఎవరూ దాని హ్యాండిల్‌ని తిప్పలేకపోయారు. దాన్ని ఆన్ చేయడానికి, ఆజాద్ చేతిలోని

ఎముక ఛిద్రమయ్యేంత శక్తితో హ్యాండిల్‌ని తిప్పాడు. వెంటనే అతడిని ఆసుపత్రికి తరలించారు. ఆపరేషన్ చేయడానికి, క్లోరోఫామ్ జోడించడం ద్వారా అతన్ని అపస్మారక స్థితికి తీసుకురావాలి, కానీ వైద్యుల ఈ అభిప్రాయానికి ఆజాద్ భయపడ్డాడు, ఎందుకంటే కొన్నిసార్లు ఒక వ్యక్తి అపస్మారక స్థితిలో ఉన్నప్పుడు తన రహస్య విషయాలు కూడా చెబుతాడని అతను విన్నాడు. అందుకే మూర్ఛపోకుండా ఆపరేషన్ చేయించుకునేందుకు ఆజాద్ అంగీకరించినా డాక్టర్లు వినలేదు. ఆజాద్ ఆపరేషన్ టేబుల్ మీద నుంచి కిందకు దిగాడు. అప్పుడు అతని స్నేహితులు అతన్ని ఎలాగోలా ఒప్పించి అపస్మారక స్థితికి చేరుకున్నారు.

బహుశా, అతని అపస్మారక స్థితిలో, అతని నోటి నుండి అలాంటిదేదో వచ్చింది, దాని కారణంగా అతను విప్లవకారుడు అని వైద్యుడికి తెలిసింది. ఆపరేషన్ తర్వాత డాక్టర్ చాలా గౌరవంగా అతనితో మాట్లాడుతున్నారు. అతన్ని హాస్పిటల్ నుండి డిశ్చార్జ్ చేస్తున్నప్పుడు, డాక్టర్ అతనితో చెప్పారు - ఇప్పుడు మీ చేయి బాగానే ఉంది. చింతించకు. దేశం కోసం మీరు మీ చేతులను ధైర్యంగా ఉపయోగిస్తారని ఆశిస్తున్నాను.

ఆజాద్ మాస్టర్ రుద్రనారాయణకు తమ్ముడిగా ఝాన్సీలో నివసిస్తున్నాడు. డాక్టర్ మహౌర్ తెలిపిన వివరాల ప్రకారం, రుద్రనారాయణ ఇంటిపై పోలీసులు పలుమార్లు దాడులు చేసినా, ఎదురుగా చూసినా ఆజాద్‌ను అరెస్టు చేయలేకపోయారని, అతడి స్నేహితుడు ఆజాద్ ప్రవర్తన అతడేనని పోలీసులు ఊహించలేని విధంగా ఉందని తెలిపారు. అతను స్వేచ్ఛగా ఉంటాడు మరియు పోలీసుల వద్ద అతని ఫోటో ఏదీ లేదు, అది అతనిని గుర్తించగలదు-

"రుద్రనారాయణ ఇంట్లో పదే పదే సోదాలు జరిగాయి, కానీ పూర్తిగా బహిరంగంగా జీవించిన ఆజాద్‌ను అరెస్టు చేయలేకపోయాడు. ఆజాద్ వచ్చిన పోలీసులతో మరియు వారి అధికారులతో సరదాగా మాట్లాడుతూనే ఉన్నాడు మరియు ఆజాద్ మాయల గురించి కిరాతకులు వారి కథలు వింటూనే ఉన్నారు. పోలీసు ఉన్నప్పుడు.

మనం వెళ్ళిపోతే, ఆజాద్ మమ్మల్ని చూసి నవ్వుతూ ఇలా అన్నాడు - ఈ బాస్టర్డ్ నన్ను మూర్ఖుడిని చేస్తున్నాడు మరియు

వారు మాంత్రికులను సృష్టించారు, వారు చాలా సాధారణ వ్యక్తులు. అతను మేజిస్ట్రేట్ లాంటివాడు బానిసలుగా నిలబడండి. ఇప్పుడు ఆ కుముది సింగ్‌ని తీసుకో ఉంది- విప్లవకారులు పెద్ద కుటుంబాలకు చెందినవారు. ఇప్పుడు తీసుకుంటే డిప్యూటీ మేజిస్ట్రేట్‌గా పరిగణించవచ్చు. ఝాన్సీలో ఉంటూనే మోటారు కంపెనీ పనులే కాకుండా అడవులకు వెళ్లి టార్గెట్ షూటింగ్ సాధన చేసేవాడు. ఈ రోజుల్లో అతను భగవాన్ దాస్ మహౌర్‌తో నిరంతరం టచ్‌లో ఉన్నాడు.

సన్యాసి వేషం వేసుకున్నాడు

దీని తరువాత, ఆజాద్ ధిమర్‌పూర్ గ్రామం వెలుపల ఒక గుడిసెను నిర్మించుకుని సాధువు వేషంలో జీవించడం ప్రారంభించాడు. రుద్రనారాయణుడు అలా చేయమని సలహా ఇచ్చాడు. ఇక్కడ అతను రామచరిత్ మానస్ యొక్క శ్లోకాలను ప్రజలకు చెప్పేవారు. మొదట్లో గుడిసెలోనే ఆహారపదార్థాలు ఇచ్చేవారు, అయితే తర్వాత ఆజాద్ భక్తులు ప్రజల ఇళ్లకు వెళ్లి ఆహారం తినడం ప్రారంభించారు. ఇక్కడ అతను చిన్న పిల్లలకు బోధించడానికి ఒక పాఠశాలను కూడా ప్రారంభించాడు. ఇంతకుముందు పాఠశాలను ఓపెన్ స్కై కింద ఏర్పాటు చేశారు, కానీ తరువాత గ్రామంలోని సంపన్నుడైన ఠాకూర్ మల్ఖాన్ సింగ్ ఈ పని కోసం తన ఇంటి గదిని ఇచ్చాడు. తరువాత, ఆ రోజుల్లో బ్రహ్మచారి అని పిలువబడే ఆజాద్, ఠాకూర్ మల్ఖాన్ సింగ్ ఇంట్లో నివసించడం ప్రారంభించాడు, ఎందుకంటే మల్ఖాన్ సింగ్ మరియు అతని ముగ్గురు సోదరులు పని చేస్తూ ఇంటి వెలుపల నివసించారు. ఇంట్లో మగ సభ్యుడు ఉండటంతో ఇంటి భద్రత నిర్ధారించబడింది. ఆజాద్ వాస్తవంగా కుటుంబంలో సభ్యుడిగా మారారు.

రాజులతో టచ్‌లో ఉన్నారు

ఈ కాలంలో అతనికి చాలా మంది రాజులు మరియు భూస్వాములతో సంబంధాలు కూడా ఉన్నాయి. ఒకసారి ఓర్చా రాజు తన దివాన్ మొదలైన వారితో కలిసి అడవికి వేటకు వెళుతుండగా, అతను సాధువు వేషంలో ఆజాద్‌ను కలిశాడు. రాజా సాహెబ్ వేటకు వెళ్లడం చూసి ఆజాద్ కూడా అతనితో వెళ్లాలనే కోరికను వ్యక్తం చేశాడు. రాజుగారికి పెద్ద ఆశ్చర్యం

ఒక సన్యాసి తన వేట కోరికను వ్యక్తం చేశాడు. దీనిపై ఆజాద్ తనను తాను పూజారిగా మాత్రమే అభివర్ణించారు. అందుకోసం అతడికి తుపాకీ కూడా ఇచ్చారు. దీనికి రాజా సాహెబ్ మరియు అతని ఉద్యోగులు కూడా నవ్వారు. వేటాడేటప్పుడు, ప్రతి ఒక్కరూ వారి వారి ప్రదేశాలలో స్థిరపడ్డారు. బలమైన అడవి పంది ఉంది. రాజు మరియు అతని ఉద్యోగులందరూ అతనిపై బుల్లెట్లు ప్రయోగించారు, కానీ అందరూ తమ లక్ష్యాలను తప్పిపోయారు, చివరకు ఆజాద్ లక్ష్యాన్ని సాధించాడు మరియు అతని మొట్టమొదటి బుల్లెట్‌తో పంది చంపబడింది. ఈ సంఘటన తరువాత, రాజా సాహెబ్ తాను సాధువు లేదా పూజారి కాదని, విప్లవకారుడిని అని గట్టిగా నమ్మాడు. రాజా సాహెబ్ స్వయంగా స్వాతంత్ర్య సమరయోధుల పట్ల సానుభూతి చూపేవారు. ఈ పరిచయం స్నేహంగా మారింది. చాలా కాలం తర్వాత ఆజాద్ తన నిజస్వరూపం చెప్పాడు.

ఒకసారి బడే లాత్ సాహెబ్ ఓర్చాకు రాబోతున్నాడు. ఈ సందర్భంగా లాత్ సాహెబ్‌కు తనదైన రీతిలో స్వాగతం పలకాలని ఆజాద్ రాజుకు సమాచారం పంపారు. లాత్ సాహెబ్ రాష్ట్ర

అతిథిగా వస్తున్నారని, అందుకే ఆయన (ఆజాద్) ఇలాంటివి చేయవద్దని రాజా సాహెబ్ ఆజాద్‌ను అభ్యర్థించారు.

ఆ తర్వాత ఈ రాజా సాహెబ్ తన మంచి ఉద్దేశం ఉన్న సేవకులలో ఒకరి ప్రభావంతో ఆజాద్‌ను మోసం చేయడానికి అంగీకరించాడని కూడా చెప్పబడింది. అతనికి మరియు ఈ సేవకుడికి మధ్య ఈ ప్రణాళిక చర్చిస్తున్నప్పుడు, ఆజాద్ అక్కడే నిద్రిస్తున్నాడు. రాజుకు అనుమానం రాకుండా గట్టిగా గురక పెట్టాడు. దీంతో వెంటనే అవకాశం దొరికిన వెంటనే అక్కడి నుంచి పారిపోయారు.

రుద్రనారాయణ మాస్టర్ స్వయంగా ఆజాద్‌కు సాధువేషంలో జీవించమని సలహా ఇచ్చారు. అతని సహాయంతో ఆజాద్ రాజా సాహెబ్ ఖనియాధనతో పరిచయం ఏర్పడింది. స్వతంత్రం కావడానికి ముందు, అతను ఒక మంచి మోటార్ మెకానిక్‌ని కలిశాడు . రూపంలో వెళ్లింది , తర్వాత అతను రాజా సాహెబ్‌కి చెప్పాడు విప్లవాత్మకమైనవి. 1928 మార్చిలో రాజా సాహెబ్ కూడా అతనికి ఈ హామీ ఇచ్చారు.

విప్లవాత్మకమైనవి. మార్చి 1928లో, రాజా సాహెబ్ కూడా పార్టీ పని కోసం కొన్ని ఆయుధాలు అందిస్తానని హామీ ఇచ్చారు.

ఈ సమయంలో భగవాన్‌దాస్ మహోర్ కూడా ఆజాద్‌తో నివసించాడు. ఆజాద్ రాజు కల్యాజీ సింగ్‌దేవ్‌కు అత్యంత విశ్వసనీయుడు. ఇక్కడ ఉండి ఇలా చేస్తూనే డ్రైవింగ్, వేట కూడా ప్రాక్టీస్ చేసేవాడు. రాజా సాహెబ్ కూడా అతనితో పాటు వేటకు వెళ్లేవాడు. రాజా సాహెబ్‌కి అతనితో ఉన్న సాన్నిహిత్యం అతని ఉద్యోగులకు మరియు బంధువులకు అసూయ కలిగించింది, కాబట్టి ఆజాద్ ఖనియాధానాన్ని విడిచిపెట్టాడు.

బొంబాయిలో

ఆజాద్ బుందేల్‌ఖండ్ తర్వాత మళ్లీ బొంబాయి వెళ్లి అక్కడ ఓడరేవులో పోర్టర్‌గా పనిచేశారని కొన్ని పుస్తకాల్లో వివరించారు. ఓడల నుండి సరుకులు లోడ్ మరియు అన్‌లోడ్ చేయడానికి వారు పగటిపూట పని చేసేవారు, దీనికి సాయంత్రం తొమ్మిది అణాలు చెల్లించేవారు. రాత్రి 12 గంటల వరకు సినిమాలు చూసి గోదాం లేదా ఫుట్‌పాత్‌పై పడుకునేవాడు. దాదాపు ఏడాదిన్నర పాటు ఈ క్రమం కొనసాగింది.

ఇక్కడ వీర్ సావర్కర్‌ను కూడా కలిశారు. సావర్కర్ అతనికి విప్లవ మార్గంలోని ఇబ్బందుల గురించి తెలియజేసారు మరియు వాటికి భయపడవద్దని సలహా ఇచ్చారు, ఇది ఆజాద్‌కు కొత్త ప్రేరణనిచ్చింది మరియు పార్టీని కొత్తగా నిర్వహించడానికి అతను బొంబాయి నుండి ఉత్తరం వైపు వెళ్ళాడు.

V అధ్యాయం

కొత్త డాస్ టీమ్ పునర్వ్యవస్థీకరణ

కాకోరి ఘటన 'హిందూస్థాన్ రిపబ్లికన్ అసోసియేషన్'కు శాపంగా మారింది. గ్రూప్‌లోని కీలక సభ్యులంతా పట్టుబడ్డారు. వారిలో నలుగురికి మరణశిక్ష విధించగా, మిగిలిన సభ్యులకు సుదీర్ఘ జైలు శిక్ష విధించబడింది. చంద్రశేఖర్ ఆజాద్ మాత్రమే సజీవంగా ఉన్నారు. పార్టీ పునర్వ్యవస్థీకరణ సమస్యతో ఆయన ఈ పనికి పూనుకున్నారు. అదృష్టవశాత్తూ, అతనికి దీనికి భగత్ సింగ్ వంటి సహచరులు లభించారు. ఇక్కడ నుండి అతని విప్లవ జీవితంలో చివరి భాగం ప్రారంభమవుతుంది.

భగత్ సింగ్‌ను కలిశారు

పార్టీ పునర్వ్యవస్థీకరణకు సంబంధించి ఆజాద్ కాన్పూర్ చేరుకున్నారు. ఇక్కడ అతను ప్రముఖ స్వాతంత్ర్య సమరయోధుడు, పాత్రికేయుడు మరియు సంఘ సంస్కర్త గణేష్ శంకర్ విద్యార్థితో కలిసి ఉన్నాడు. భగత్ సింగ్ కూడా ఇక్కడికి వచ్చాడు. ఇక్కడే వారిద్దరూ తొలిసారి కలుసుకున్నారు. ఈ సమావేశాన్ని వివరిస్తూ శ్రీ యశ్‌పాల్ 'అవలోకనం-లో రాశారు.

"ఆజాద్ లోపలి గదిలోకి రాగానే, విద్యార్థి దగ్గర ఒక తెలియని, ప్రకాశవంతమైన యువకుడు కూర్చున్నాడు. అతనిని చూసి, ఆజాద్ ఒక క్షణం ఆగిపోయాడు. ఆ యువకుడు ఎత్తుగా మరియు నాజూకైన శరీరంతో ఉన్నాడు. అతని ఛాయ అందంగా ఉంది, కళ్ళు ఆమె చిన్నగా ఉంది. ఆమె ముఖంలో విచిత్రమైన వ్యక్తీకరణ ఉంది, ఆమె వదులుగా ఉన్న జుట్టుకు తలపాగా వేలాడుతూ ఉంది మరియు ఆమె శరీరంపై కోటు మరియు లుంగీతో ఉంది. ఆమె ఆజాద్‌ను ఆకర్షించింది." "రండి పండిట్జీ!" ఆజాద్ తడబడడం చూసి విద్యార్థిజీ కోపంగా అన్నాడు. పనిలో నిమగ్నమై ఉన్న యువకుడు పైకి చూశాడు. పండిట్జీ రూపంలో, అతను ఒక గొప్ప వ్యక్తిత్వం కలిగిన అందమైన యువకుడిని చూశాడు.

ఆ తర్వాత ఇద్దరూ ఒకరికొకరు పరిచయమయ్యారు. ఇద్దరికీ ఒకే విధమైన ఆలోచనలు వచ్చాయి. ఇద్దరూ పరస్పరం ప్రభావితులయ్యారు. వారి మొదటి కలయిక చిరకాల స్నేహంగా మారింది. ఇదొక చారిత్రక సమావేశం. భావి చరిత్రలో భారతదేశ స్వాతంత్ర్యం కోసం భుజం భుజం కలిపి పనిచేసి కొత్త చరిత్ర సృష్టించిన మాతృభూమి ప్రేమికులిద్దరూ

విడదీయరాని బంధం ఏర్పడింది. వీర్ చంద్రశేఖర్ ఆజాద్ జీవితంలోని చివరి భాగం వాస్తవానికి భగత్ సింగ్‌ను కలిసిన తర్వాతనే ప్రారంభమైంది.

నయా దళ్ హిందుస్థాన్ సోషలిస్ట్ రిపబ్లిక్ ఆర్మీ

చంద్రశేఖర్ ఆజాద్, భగత్ సింగ్ మరియు వారి ఇతర సహచరులు కొత్త విప్లవ పార్టీని నిర్వహించడం ప్రారంభించారు. ఇందుకోసం ఉత్తర భారతదేశంలోని అన్ని రాష్ట్రాల్లోని విప్లవ పార్టీలతో పరిచయం ఏర్పడింది. ఇందుకోసం బెంగాల్ వెళ్లి అక్కడి విప్లవకారులను కలిశాడు శివవర్మ. ఈ విప్లవకారులను కొత్త పార్టీకి సహకరించమని అభ్యర్థించాడు, అయితే బెంగాల్ విప్లవకారులు ఈ పార్టీలో చేరడానికి కొన్ని షరతులు పెట్టాలనుకున్నారు. వీటిలో మొదటి షరతు ఏమిటంటే, కొత్త పార్టీలో చేరే అన్ని రాష్ట్రాల సభ్యులు బెంగాల్ పార్టీ నాయకుడి క్రింద పని చేయాల్సి ఉంటుంది మరియు అతను చెప్పిన ప్రతిదానికీ కట్టుబడి ఉండాలి. రెండవ షరతు ఏమిటంటే, కొత్త పార్టీ సభ్యులను మాత్రమే చేర్చుకుంటుంది, ఆయుధాలు మరియు డబ్బు వసూలు చేస్తుంది మరియు ప్రభుత్వం దృష్టిని ఆకర్షించే ఏ పని చేయకూడదు. కొత్త పార్టీ పెట్టాలనుకునే యువతకు ఈ పరిస్థితులు ఆమోదయోగ్యంగా లేవు. పార్టీలో ఈ రకమైన వ్యక్తిగత నియంతృత్వానికి ఈ వ్యక్తులు వ్యతిరేకంగా ఉన్నారు. అన్ని రాష్ట్రాల పార్టీలను ఏకతాటిపైకి తీసుకురావడమే తన లక్ష్యమైనప్పటికీ.. కొత్త పార్టీని ప్రజాస్వామ్య ప్రాతిపదికన నిర్వహించాలన్నారు. బెంగాల్‌లోని ఈ పార్టీ దాని స్వంత 'గుత్తాధిపత్యాన్ని' కోరుకుంది, అయితే వారికి ప్రజలపై ఎటువంటి క్రమశిక్షణ లేదా ప్రభావం లేదు. శివ వర్మ అతనిని సంప్రదించినప్పుడు అలా బెంగాల్ వెళ్లినప్పుడు అక్కడ రాత్రి బస చేసే ఏర్పాట్లు కూడా చేయలేకపోయారు. అందువల్ల, వారి నుండి సహకారం ఆశ వదులుకుంది.

కొత్త పార్టీని స్థాపించడానికి, విప్లవకారుల సమావేశం డిసెంబర్ 8, 1928న ఫిరోజ్‌షా కోట్లా కోట శిథిలాలలో జరిగింది (ఈ తేదీ వేర్వేరు పుస్తకాలలో భిన్నంగా ఉంటుంది, అయినప్పటికీ చాలా పుస్తకాలలో ఈ తేదీ అదే). బెంగాల్ మినహా ఉత్తర భారతదేశంలోని అన్ని రాష్ట్రాల ప్రతినిధులు ఇందులో పాల్గొన్నారు. పంజాబ్ రాష్ట్రానికి భగత్ సింగ్ మరియు సుఖ్‌దేవ్, రాజస్థాన్‌కు చెందిన కుందన్‌లాల్, శివ వర్మ, బ్రహ్మదత్ మిశ్రా, జైదేవ్, విజయ్‌కుమార్ సిన్హా మరియు యునైటెడ్ ప్రావిన్స్ (ఉత్తరప్రదేశ్) సురేంద్ర పాండే మరియు బీహార్ రాష్ట్ర ప్రతినిధులు ఫణీంద్రనాథ్ ఘోష్ మరియు మన్మోహన్ బెనర్జీ. కొన్ని అనివార్య కారణాల వల్ల చంద్రశేఖర్ ఆజాద్ ఈ సమావేశానికి రాలేకపోయారు, అయితే సమావేశంలో మెజారిటీతో ఎలాంటి నిర్ణయాలు తీసుకున్నా తమకు ఆమోదయోగ్యంగా ఉంటుందని భగత్ సింగ్, శివవర్మలకు ముందే చెప్పారు.

ఇప్పటి వరకు వివిధ రాష్ట్రాల్లోని విప్లవ పార్టీలకు వారి స్వంత పేర్లు ఉన్నాయి. అందువల్ల, అన్ని ప్రావిన్సుల పార్టీలను విలీనం చేసి కొత్త అఖిల భారత పార్టీని ఏర్పాటు చేశారు. ఈ కొత్త సంస్థకు 'హిందుస్థాన్ సమాజ్‌వాదీ గాంత్రిక సేన' అని పేరు పెట్టారు. జట్టు సభ్యులందరూ కొత్తవారే. చంద్రశేఖర్ ఆజాద్ కూడా యువకుడే అయినప్పటికీ, దీనికి ముందు అతను రాంప్రసాద్ బిస్మిల్ మొదలైన వారితో కలిసి 'హిందూస్థాన్ రిపబ్లికన్ అసోసియేషన్'లో పనిచేశాడు, దాని కారణంగా అతనికి ఆయుధాలు మొదలైనవాటిని నిర్వహించడంలో మంచి అనుభవం ఉంది, అయితే ఇతర కొత్త వ్యక్తులు ఈ విషయంలో అనుభవం లేనివారు. అందుకే ఆయనను 'హిందూస్థాన్ సమాజ్ వాదీ రిపబ్లిక్ ఆర్మీ'కి కమాండర్-ఇన్-చీఫ్ చేశారు.

కొత్త పార్టీ కేంద్ర కమిటీ

ఈ కొత్త సంస్థ యొక్క కేంద్ర కమిటీ ఏర్పాటు చేయబడింది, దీనిలో ప్రతి రాష్ట్రం నుండి ప్రతినిధులు ఉన్నారు, వారి పేర్లు క్రింది విధంగా ఉన్నాయి-

1. భగత్ సింగ్ (పంజాబ్)
2. చంద్రశేఖర్. (యునైటెడ్ ప్రావిన్సెస్)
3. సుఖదేవ్ (పంజాబ్)
4. శివ వర్మ (యునైటెడ్ ప్రావిన్సెస్)
5. విజయ్ కుమార్ (యునైటెడ్ ప్రావిన్సెస్)
6. ఫణీంద్రనాథ్ ఘోష్. (బీహార్)
7. కుందన్‌లాల్ (రాజస్థాన్)

కొత్త పార్టీ ఏర్పాటులో పార్టీపై ఏ ఒక్కరికీ పట్టు ఉండదని స్పష్టం చేశారు. పార్టీ ఆస్తులన్నీ కేంద్ర కమిటీ అధీనంలోనే ఉంటాయి. ఏ పని చేసినా ముందుగా కేంద్ర కమిటీ పరిశీలిస్తుంది. మెజారిటీ ఆధారంగా అన్ని నిర్ణయాలూ తీసుకుంటారు.మార్క్సిజం యొక్క సోషలిస్ట్ సూత్రాల ఆధారంగా సమాజాన్ని స్థాపించడానికి మరియు దోపిడీని నిర్మూలించడానికి కృషి చేస్తుందని సూచించే ప్రత్యేక అర్థంతో ఈ కొత్త పార్టీ పేరుకు సమాజ్ వాదీ అనే పదాన్ని చేర్చారు.

సాయుధ విప్లవం ద్వారా భారతదేశ స్వాతంత్ర్యం కోసం పార్టీ కృషి చేస్తుందని, దీనికి డబ్బు తప్పనిసరిగా అవసరమని కూడా ఈ సమావేశంలో చర్చించారు. ఇది రహస్య ఉద్యమం కాబట్టి విరాళాల ద్వారా డబ్బు వసూలు చేయడం సాధ్యం కాలేదు. ఈ సమస్యను పరిష్కరించడానికి, డకాయిటీలలో మునిగిపోవాలని నిర్ణయించారు మరియు సాధ్యమైన చోట, ప్రభుత్వ బ్యాంకులు, ట్రెజరీలు లేదా పోస్టాఫీసులలో డకాయిటీలు వేయాలని కూడా

నిర్ణయించారు. ప్రజల మధ్య దోచుకోవడం ద్వారా, పార్టీ తన సానుభూతిని కోల్పోతుంది, అందుకే అలా చేయడం పార్టీకి హానికరం.

పార్టీ యొక్క ప్రాంతీయ మరియు అంతర్-ప్రాంతీయ సంస్థ

ఈ సమావేశంలో, పార్టీ యొక్క ప్రాంతీయ మరియు అంతర్-ప్రాంతీయ సంస్థపై కూడా చర్చించారు. భగత్ సింగ్ మరియు విజయ్‌కుమార్ సిన్హాలకు పార్టీ అంతర్రాష్ట్ర బాధ్యతలు అప్పగించబడ్డాయి, తద్వారా వివిధ రాష్ట్రాల్లోని పార్టీ యూనిట్ల మధ్య సంబంధాలు సజావుగా ఉన్నాయి. ఇది కాకుండా, అన్ని ప్రావిన్సుల ఆర్గనైజింగ్ ప్రతినిధులను కూడా తయారు చేశారు. యునైటెడ్ ప్రావిన్స్‌కు, పంజాబ్‌కు చెందిన సుఖ్‌దేవ్, బీహార్‌కు చెందిన ఫణీంద్రనాథ్ ఘోష్ మరియు రాజ్‌పుతానాకు చెందిన కుందన్‌లాల్‌లకు శివ వర్మ ఆర్గనైజింగ్ ప్రతినిధిగా చేశారు. ఆ విధంగా చంద్రశేఖర్ ఆజాద్ ఈ కొత్త సంస్థ 'హిందుస్థాన్ సమాజ్‌వాది'లో స్థాపించబడింది.

'గరణపతి సేన' అధ్యక్షునిగా గౌరవం పొందారు. ఈ విధంగా చూస్తే, ఈ సంస్థ యొక్క లక్ష్యాలకు మరియు పూర్వ సంస్థ 'హిందూస్థాన్ రిపబ్లికన్ అసోసియేషన్' యొక్క లక్ష్యాలకు ప్రత్యేక తేడా ఏమీ లేదు, కానీ మాజీ పార్టీ పేరు దాని లక్ష్యాలను వెల్లడించలేదు. ఈ విషయమై మన్మథనాథ్ గుప్తా ఇలా వ్రాశారు-

"కాకోరి యుగంలో, కమిటీ పేరు 'హిందూస్థాన్ రిపబ్లికన్ అసోసియేషన్'. ఈ పేరు తక్కువ అర్థవంతమైనదిగా పరిగణించబడింది, అంటే, ఈ పేరు ద్వారా పార్టీ యొక్క లక్ష్యం పూర్తిగా వ్యక్తీకరించబడలేదని అర్థం. మరింత స్పష్టంగా చెప్పాలి, తదనుగుణంగా పార్టీ పేరు మార్చాలి.'హిందుస్థాన్ రిపబ్లికన్ సోషలిస్ట్ ఆర్మీ' అంటే హిందుస్థాన్ సమాజ్ వాదీ డెమోక్రటిక్ ఆర్మీ వెల్లిన. సంక్షిప్తంగా, ఇది జరిగింది ఎందుకంటే సాధనాలలో అభివృద్ధికి బదులుగా, విప్లవాత్మక ఉద్యమం యొక్క లక్ష్యంలో మాత్రమే అభివృద్ధి ఉంది. దానికి అనుగుణంగా పేరు మార్చారు. ఈ మార్పు పార్టీ మిషన్‌లో మరింత పరిణామం ఉందని సూచిస్తుంది. పార్టీ సోషలిజం మరియు కార్మికవర్గ నియంతృత్వాన్ని తన లక్ష్యంగా ప్రకటించింది."

పోలీసులతో గొడవ

కాకోరి ఘటన తర్వాత పరారీలో ఉన్న ఆజాద్ దాదాపు రెండేళ్లపాటు తన తల్లిని కూడా కలవలేకపోయాడు. అతని తండ్రి చనిపోయాడు. ముసలి తల్లి కూడా కాన్పూర్ వచ్చి జీవించడం ప్రారంభించింది. ఒక్కగానొక్క కొడుకును పోగొట్టుకున్న బాధ ఆమెది. కొంత దోపిడీ తర్వాత ఆజాద్ పరారీలో ఉన్నాడని తెలిసింది. అతని ఇతర సహచరులలో చాలా మందికి మరణశిక్ష విధించబడింది లేదా సుదీర్ఘ జైలు శిక్షను పొందారు. పట్టుబడితే ఆజాద్‌కు శిక్ష ఖాయం. ఒకరోజు ఆజాద్ తన తల్లిని కలవడానికి వెళ్ళాడు. చాలా కాలం తర్వాత తల్లీ కొడుకులు కలిశారు. భగత్ సింగ్ మరియు సుఖ్ దేవ్ కూడా అక్కడికి చేరుకోవడానికి కొంత

సమయం పట్టింది. భగత్ సింగ్ తన గురించి పోలీసులకు తెలుసు కాబట్టి పారిపోవాలని చెప్పాడు. అయితే ఆజాద్ చేసే పని ప్రమాదాలతో ఆడుకోవడమే. లోడ్ చేసిన పిస్టల్ అతని వద్ద ఎప్పుడూ ఉంటుంది. పోలీసులను ఎదుర్కొనేందుకు అంగీకరించాడు. ఈ రకమైన ధైర్యం తమను ఇబ్బందుల్లోకి నెట్టేస్తుందని, అందుకే అందరూ పారిపోతారని భగత్ సింగ్ వారికి వివరించాడు.

అదేవిధంగా, ఒకసారి అతను కాన్పూర్‌లో 'ప్రతాప్' సంపాదకుడు శ్రీయుత్ గణేష్శంకర్ విద్యార్థితో కలిసి కూర్చున్నాడు. అప్పుడు అతను అక్కడ ఉన్న విషయం పోలీసులకు తెలిసిందని తెలిసింది. కాబట్టి ఆజాద్ మరియు అతని సహచరులలో ఒకరు అతని తల్లి నివాసానికి వెళ్లారు. అక్కడ రాత్రి భోజనం చేశాక సహచరులిద్దరూ నిద్రపోయారు. ఇంతలో, ఆజాద్ విద్యార్థిజీని దాటగానే, ఒక పోలీసు అధికారి తన బృందంతో అక్కడికి చేరుకున్నాడు. అప్పటికే ఆజాద్ అక్కడి నుంచి వెళ్లిపోయాడు. ఆజాద్ తన తల్లి వద్దకు వెళ్లాడని ఎవరో పోలీసులకు చెప్పారు. పోలీసు బృందం అక్కడికి చేరుకుంది. తలుపు లోపలి నుండి లాక్ చేయబడింది. బయటకు వస్తున్న పోలీసులను చూసి సహచరులిద్దరూ లేచారు. ఆజాద్ ఎదుర్కోవడానికి సిద్ధమయ్యాడు. సహచరులిద్దరూ తమ పిస్టల్స్ బయటకు తీశారు.

నిరంతరం పోలీసు తలుపు తడుతోంది. డోర్ తెరుచుకోక పోవడంతో పోలీసు అధికారి తలుపులు పగలకొట్టాలని ఆదేశించారు. తలుపు పగలడం ప్రారంభించింది. ఒక తలుపు పగలగొట్టిన వెంటనే, ఆజాద్ మరియు అతని సహచరులు పోలీసులపై కాల్పులు ప్రారంభించారు. ప్రతిస్పందనగా, పోలీసులు కూడా కాల్పులు ప్రారంభించారు, అయితే ఇద్దరు సహచరులు తమను తాము కవర్ నుండి రక్షించుకున్నారు. పలువురు పోలీసులు గాయపడ్డారు. పోలీసు అధికారికి కోపం వచ్చింది. సైనికులను లోపలికి రమ్మని ఆదేశించాడు.

తలుపు పగలగొట్టారు. చాలా మంది పోలీసులు తమ ఆయుధాలతో లోపలికి వెళ్లేందుకు సిద్ధమయ్యారు. ఇక్కడ ఆజాద్ మరియు అతని సహచరుడి పిస్టల్స్ ఖాళీగా ఉన్నాయి. పోలీసులు లోపలికి వెళ్లేలోపే సహచరులిద్దరూ ఇంటి పైకప్పుపైకి వెళ్లి అక్కడి నుంచి మరో పైకప్పుపైకి దూకారు. పోలీసులు ఆ ఇంటిని చుట్టుముట్టారు. పోలీసులు బుల్లెట్లు కాల్చడం ప్రారంభించారు, ఇద్దరు విప్లవకారులు పైకప్పుపై ఉంచిన ఇటుకలతో ప్రతిస్పందించారు. అప్పుడు అతని స్నేహితుడు శుక్లా ఒంటరిగా ఇటుకలు విసరడం ప్రారంభించాడు, ఆజాద్ ఒక పైకప్పు నుండి మరొక పైకప్పుకు దూకుతున్నప్పుడు తప్పిపోయాడు. పోలీసులు మోసపోయారు; సహచరులిద్దరూ పైకప్పుపై నుండి ఇటుకలు విసురుతున్నారని అతను అనుకున్నాడు. ఈ క్రమంలో పోలీసులు శుక్లాపై దాడి చేశారు

తూటాలు పేల్చుతూనే ఉన్నాడు. ఆజాద్ పారిపోవడాన్ని ఎవరూ పట్టించుకోలేదు. పోలీసు బృందం డాబాపైకి చేరుకుంది. అక్కడ శుక్లా మృతదేహం అదనంగా ఏదీ కనుగొనబడలేదు. పోలీసులు చూస్తూ ఉండిపోవడంతో ఆజాద్ మారువేషంలో స్టేషన్ కు చేరుకుని అక్కడి నుంచి ఢిల్లీ చేరుకున్నారు.

పోలీసు అధికారి జీవితం

చంద్రశేఖర్ ఆజాద్ అరెస్ట్ కోసం తస్సాదుక్ హుస్సేన్ అనే పోలీసు అధికారిని ప్రత్యేకంగా నియమించారు. అతనికి వ్యతిరేకంగా సాక్ష్యాలను సేకరించేందుకు శాయశక్తులా ప్రయత్నిస్తున్నాడు. ఈ విషయం ఆజాద్‌కి తెలియనిది కాదు. తన పని పూర్తి చేయాలి అనే ఆలోచన ఒక్కసారి మనసులోకి వచ్చినా, అలా చేస్తే ప్రయోజనం ఉండదని అనుకున్నాడు. చంపేస్తే ఆ పని ఇంకెవరో చేయడం మొదలుపెడతారు.

ఆ అధికారి అతని వెంటే ఉండేవాడు. ఢిల్లీ చేరుకున్న ఆజాద్ కూడా ఢిల్లీకి వచ్చారు. నీడలా వారితో ఉన్నాడు. అందుకే అతనికి గుణపాఠం చెప్పాల్సిన అవసరం ఏర్పడింది. ఒక రోజు, అనుకూలమైన క్షణాన్ని చూసి, ఆజాద్ స్వయంగా అతని వద్దకు వచ్చి, అతని ఛాతీపై తన పిస్టల్ ఉంచాడు. తాషుక్ హుస్సేన్ చెమటలు పట్టడం మొదలుపెట్టాడు. అతనికి వణుకు మొదలైంది. అతను తన ముందు తన మరణాన్ని స్వేచ్ఛా వ్యక్తిగా చూడటం ప్రారంభించాడు. అతను విసుక్కునే స్వరంతో దేవునికి క్షమాపణ చెప్పడం ప్రారంభించాడు మరియు వారిని అనుసరించడం మానేస్తానని ప్రమాణం చేశాడు. దీనిపై ఆజాద్ వార్నింగ్ ఇచ్చి వెళ్లిపోయాడు. దీని తర్వాత అతను మళ్లీ స్వేచ్ఛగా భావించలేదు అనుసరించలేదు.

అలాంటి సాహసోపేతమైన పనులు చేయడంలో ఆజాద్ ఎంతో సంతోషించారు. ఒకసారి మారువేషంలో రైలులో కాన్పూర్ వస్తున్నాడు. దీనిపై పోలీసులకు సమాచారం అందింది. పోలీసులు పూర్తి స్థాయిలో సన్నద్ధమయ్యారు. రైల్వే స్టేషన్‌ను నలువైపుల నుంచి చుట్టుముట్టారు. వేదికపై గూఢచారుల ఉచ్చు వేయబడింది. లక్నో నుంచి వచ్చిన రైలు నిర్ణీత సమయానికి ప్లాట్‌ఫాం వద్ద ఆగింది. ఆజాద్ వేషంలో కంపార్ట్ మెంట్ దిగి నిర్భయంగా గూఢచారులను దాటుకుని గేటు దగ్గరకు చేరుకున్నాడు. అక్కడ ఒక ఇన్‌స్పెక్టర్ నిలబడి ఉన్నాడు. అతను ఏమీ చేయకముందే, ఆమె తన జేబుల్లో చేతులు వేసి ఆజాద్‌కి దారి తీసింది. నవ్వుతూ, ఆజాద్ గేటు బయటికి వెళ్లాడు, పోలీసులు చూస్తూనే ఉన్నారు.

కాకోరి సంఘటనలోని హీరోలను విడుదల చేయడానికి ప్లాన్ చేయండి

'హిందూస్థాన్ సోషలిస్ట్ రిపబ్లికన్ ఆర్మీ' కాకోరి ఘటనలో హీరోలను జైలు నుంచి విడుదల చేయాలని ప్లాన్ చేసింది. వారి ప్రణాళికను అమలు చేయడానికి, చంద్రశేఖర్ ఆజాద్, విజయ్‌కుమార్ సిన్హా, భగత్ సింగ్, రాజ్‌గురు, బతుకేశ్వర్ దత్, శివ వర్మ, జైదేవ్ మొదలైన విప్లవకారులు ఆగ్రా చేరుకున్నారు, కాని వారు ఈ పనిలో విజయం సాధించలేదు. వారిని విడిపించిన బృందంలో డాక్టర్ భగవాన్‌దాస్ మహోర్ కూడా ఉన్నారు మరియు అతను ఆ సమయంలో విద్యార్థిగా ఉన్నాడు. ఈ పథకం వైఫల్యం గురించి, డాక్టర్ మహూర్ ఇలా వ్రాశారు-

"ఆగ్రా, శ్రీ యోగేశ్‌చంద్ర ఛటర్జీని జైలు నుంచి విడుదల చేయవలసి ఉంది కాబట్టి మమ్మల్ని పిలిచారు. అతను బయటకు రాగానే దాడి చేసి విడిపించుకుంటామని ప్లాన్, కానీ

అది ఫలించలేదు. ఛటర్జీని జైలు నుండి వేరే జైలుకు పంపాలి. , కానీ ఆ రోజులు పంపబడలేదు." దీని తరువాత కూడా, ఈ గుంపులోని ఇద్దరు నలుగురు సహచరులు ఆగ్రాలోనే ఉన్నారు, కానీ ఇప్పటికీ ఈ ప్రణాళిక విజయవంతం కాలేదు. దీంతో వారు కూడా తర్వాత నిరాశతో వెనుదిరగాల్సి వచ్చింది.

అదేవిధంగా, పండిట్ రాంప్రసాద్ బిస్మిల్‌ను జైలు నుండి విడుదల చేయడానికి ప్లాన్ చేయబడింది, అయితే అతను చాలా కఠినమైన పోలీసు కాపలాలో ఉన్నాడు. ఫలితంగా, ఇది కూడా వైఫల్యానికి దారితీసింది. గుంపులోని వ్యక్తులు అతని గురించి తెలుసుకోవడానికి చాలా ప్రయత్నించారు. భగత్ సింగ్ వారిని ఎలాగైనా విడిపించాలనుకున్నాడు. ఈ సందర్భంలో, శ్రీ శివ వర్మ ఇలా వ్రాశారు-

"రెండు-మూడు రోజుల తర్వాత, విజయ్ వచ్చి బిస్మిల్‌పై పోలీసుల కఠినత మరియు అప్రమత్తతను వివరించాడు మరియు ఇప్పుడు మనం ఈ ఆలోచనను విరమించుకోవాలి, ఈ వార్త భగత్ సింగ్ కలలన్నింటినీ బద్దలు కొట్టింది. చాలా ప్రయత్నాల తరువాత, నేను చూశాను. బిస్మిల్ రాసిన గజల్." బిస్మిల్ కాకోరి సంఘటనకు నాయకుడు, అందువల్ల మరణశిక్ష విధించబడిన తర్వాత కూడా అతనిపై పోలీసు కాపలా చాలా కఠినంగా ఉండేది. వారు పంపిన, వారికి వచ్చే వస్తువులను పటిష్టంగా పర్యవేక్షించారు. బహుశా జైలు అధికారులు ఆయన రాసిన ఈ గజల్‌ని సాధారణ గజల్‌గా భావించి ఉండవచ్చు; అందులో దాగి ఉన్న లోతైన అర్థాన్ని వారు అర్థం చేసుకోలేకపోయారు. ఈ గజల్స్ ఇలా ఉన్నాయి-

అది క్షీణించబోతున్నప్పుడు

అలాంటప్పుడు సలామ్ వస్తే? హృదయాన్ని నాశనం చేసిన తర్వాత అతని సందేశం వస్తే?

ఆశలన్నీ పోయాయి, ఆలోచనలన్నీ పోయాయి. ఆ సమయంలో దూత పేరుతో వస్తే?

ఓ అమాయక హృదయం, ఇప్పుడు మీరు ఈ చిన్న స్నేహితుడిలో అదృశ్యమయ్యారు. నా ఫెయిల్యూర్స్ తర్వాత పని వస్తే ఎలా ఉంటుంది.

మన జీవితకాలంలో ఆ దృశ్యాన్ని చూడాలని నేను కోరుకుంటున్నాను. ఎవరైనా ప్రముఖ వ్యక్తి వర్షం కారణంగా ఇబ్బందుల్లోకి వస్తే?

సోదరి చివరి రోజులు

బిస్మిల్ కోరికకు తగిన ఫలితం దక్కింది.

ఉదయం ఏదైనా బలం ఉంటే

బాల అనే పేరు వస్తే?

ఈ గజల్ పంక్తుల ద్వారా వారి ద్వారా బిస్మిల్ అని స్పష్టమవుతుంది ఈ కేసులో తనను ఉరితీస్తానని సహచరులకు సందేశం పంపాడు. శిక్షించబడిన యోధులను విడిపించేందుకు తక్షణమే ప్రయత్నాలు చేయండి, లేకుంటే వారిని ఉరితీస్తారు. అది జరిగితే, వారు నిరాశ చెందుతారు. ఈ ప్రయత్నం 1927 ప్రారంభంలో ప్రారంభమైంది తయారు చేయబడ్డాయి.

VI అధ్యాయం

ఆరోహణలు మరియు అవరోహణలు: కొత్త చర్యలు

'హిందూస్థాన్ సమాజ్ వాదీ రిపబ్లికన్ ఆర్మీ' ప్రధాన లక్ష్యం సాయుధ విప్లవం ద్వారా భారతదేశాన్ని విముక్తి చేయడం. ఇంతవరకు ఏ పని చేసినా ఆజాద్ ప్రత్యేకంగా సంతృప్తి చెందలేదు. దేశం మొత్తం ప్రకంపనలు సృష్టించి బ్రిటిష్ ప్రభుత్వాన్ని నివ్వెరపోయేలా భారీ పేలుడు సృష్టించాలనుకున్నారు. యాదృచ్ఛికంగా, ఇటువంటి పరిస్థితులు కూడా తలెత్తాయి, దీని కారణంగా దేశం మొత్తం ఈ పార్టీ కార్యకలాపాలపై దృష్టి సారించింది. లాహోర్ కుట్ర, అసెంబ్లీ బాంబు ఘటన, వైస్రాయ్ రైలుపై బాంబు విసిరిన సంఘటన మొదలైనవి ఈ బృందం యొక్క చర్యలు.

సైమన్ కమిషన్ రాక

నవంబర్ 8, 1927న, భారతదేశంలో పాలనా సంస్కరణలను పరిశోధించడానికి సైమన్ కమిషన్ ఇంగ్లండ్ నుండి భారతదేశానికి వస్తుందని వైస్రాయ్ ప్రకటించారు. ఈ కమిషన్‌లో భారతీయ సభ్యుడు ఎవరూ లేరు. దీని అధ్యక్షుడు సర్ జాన్ సైమన్, ఇంగ్లాండుకు చెందిన ప్రముఖ న్యాయవాది. ఈ కమిషన్ ఫిబ్రవరి 3, 1928న భారతదేశానికి చేరుకుంది. ఈ రోజుల్లో, దేశంలో మతవాదం యొక్క నగ్నమైన ఉద్రేకం జరుగుతోంది. భారతదేశంలోని అన్ని రాజకీయ పార్టీలు ఈ కమిషన్‌ను బహిష్కరించాలని నిర్ణయించాయి. భారతదేశానికి వచ్చిన రోజున, దేశవ్యాప్తంగా సమ్మెలు జరిగాయి. సైమన్ బొంబాయిలో దిగగానే నల్లజెండాలు చేతబట్టి సైమన్ గో బ్యాక్ అంటూ నినాదాలు చేశారు. కమిషన్ ఢిల్లీకి వచ్చినప్పుడు, ఇక్కడ కూడా అలాంటి స్వాగతం లభించింది. మద్రాసులో కూడా అదే పరిస్థితి నెలకొనడంతో పోలీసులు కాల్పులు జరపాల్సి వచ్చింది.

ఫలితంగా ముగ్గురు ఆందోళనకారులు మరణించారు. కలకత్తాలో కూడా నిరసనలు జరిగాయి. లాహోర్‌కు చేరుకున్న సైమన్ కమిషన్‌పై బాంబు విసిరి తమ అసంతృప్తిని వ్యక్తం చేయాలని 'హిందూస్థాన్ సమాజ్‌వాదీ రిపబ్లికన్ ఆర్మీ' సెంట్రల్ కమిటీ నిర్ణయించింది, అయితే సంస్థలో నిధుల కొరత కారణంగా ఇది జరగలేదు. ఈ కమిషన్ అక్టోబర్ 20, 1928న లాహోర్‌కు చేరుకుంది. ఇక్కడ దాని నిరసన ప్రదర్శనకారులకు లాలా లజపతిరాయ్ నాయకత్వం వహించారు. నిరసనకారుల ముందుభాగంలో 'నౌజవాన్ భారత్ సభ'

యువకులు ఉన్నారు. 'నౌజవాన్ భారత్ సభ'ను భగత్ సింగ్ స్థాపించారు. ఈ సమయంలో ఈ సమావేశం 'హిందుస్థాన్ సమాజ్ వాదీ రిపబ్లికన్ సేన'లో భాగంగా మారింది. ఈ బహిష్కరణలో లాలా లజపతిరాయ్ నాయకత్వంలో పనిచేయాలని దాని సభ్యులకు సూచించబడింది.

కమీషన్ వస్తుందని స్టేషన్‌లో పెద్ద ఎత్తున ఆందోళనకారులు నిరీక్షిస్తున్నారు. లాహోర్ సూపరింటెండెంట్ ఆఫ్ పోలీస్ స్కాట్ తన ఇతర అధికారులు మరియు ఫిరాయింపుదారులతో కలిసి అక్కడ ఉన్నారు. కమీషన్‌ను సులభంగా ఆదా చేసేందుకు, అతను అసిస్టెంట్ సూపరింటెండెంట్ సాండర్స్‌ను నియమించాడు మరియు రోడ్డు నుండి గుంపును తొలగించడానికి అవసరమైతే లాఠీచార్జిని ఆశ్రయించాలని ఆదేశించాడు. సాండర్స్ మొదట గుంపుపై లాఠీలు పేల్చారు. ఆందోళనకారులు అక్కడికి, ఇటు కదిలారు. మార్గం తెరవబడింది; అయితే లాలా లజపతిరాయ్ 'నౌజవాన్ భారత్ సభ' సభ్యులతో కలిసి ఆయన స్థానంలో నిలిచారు. సాండర్స్ ఈ విషయాన్ని స్కాట్‌కి చెప్పాడు మరియు గుంపును చెదరగొట్టమని సైనికులను ఆదేశించాడు. జనం కదలలేదు. అప్పుడు సాండర్స్ కర్రతో గుంపుపై దాడి చేశాడు. లాలాజీ వెనుక పెద్ద గుంపు ఉంది. ముందు నుంచి లాఠీచార్జి జరిగింది. యువకులు లాలాజీని చుట్టుముట్టి ఆయనకు రక్షణగా ఉన్నారు. అప్పుడే సాండర్స్ కర్ర ఒకటి లాలాజీ గొడుగు మీద పడింది. గొడుగు విరిగిపోయింది. దీని తర్వాత స్కాట్ స్వయంగా ఆకలితో ఉన్న తోడేలులా నిరసనకారులపై విరుచుకుపడ్డాడు. లాలాజీ తల, భుజాలు తదితరాలపై కర్రలతో కొట్టడంతో రక్తమోడింది. దీనిపై లాలాజీ మాట్లాడుతూ.. పోలీసుల క్రూరమైన చర్యలకు నిరసనగా నిరసనకారుడిని సస్పెండ్ చేయాలి. అందుకే ఆయన ఆదేశాల మేరకు ప్రదర్శనను నిలిపివేశారు.

అదే రోజు సాయంత్రం, లాహోర్‌లోని మోరిగేట్ మైదానంలో పోలీసుల ఈ అనాగరిక చర్యకు నిరసనగా ఒక సమావేశం జరిగింది. అక్కడ డిప్యూటీ సూపరింటెండెంట్ ఆఫ్ పోలీస్ నీల్ కూడా నిలబడి ఉన్నాడు. అప్పుడు లాలాజీ తన ప్రసంగంలో ఇలా అన్నారు- "నిరాయుధులైన ప్రజలపై ఇంత క్రూరమైన దాడులు చేసే ప్రభుత్వాన్ని నాగరిక ప్రభుత్వం అని పిలవలేము మరియు అలాంటి ప్రభుత్వం మనుగడ సాగించదు. ఏదో ఒక రోజు నాపై ఈ ప్రభుత్వ పోలీసుల దాడిలో ప్రభుత్వం మునిగిపోతుందని నేను సవాలు చేస్తున్నాను. నేను తగిలిన దెబ్బ భారతదేశంలోని బ్రిటిష్ పాలనకు ఆఖరి మేకుగా నిరూపిస్తుంది."దీని తరువాత లాలాజీని ఆసుపత్రికి తీసుకువెళ్లారు మరియు సంఘటన జరిగిన 29వ రోజున, 17 నవంబర్ 1928న గాయాల కారణంగా మరణించారు. లాలాజీ మరణంతో దేశం మొత్తం శోకసముద్రంలో మునిగిపోయింది. పోలీసుల ఈ అనాగరిక చర్యను సర్వత్రా ఖండించారు. విప్లవకారులు ప్రతీకారం తీర్చుకోవాలని అసహనానికి గురయ్యారు.

సాండర్స్ హత్య

లాలాజీ మరణించే సమయంలో, 'హిందుస్థాన్ సమాజ్ వాదీ రిపబ్లికన్ ఆర్మీ' సభ్యులు కొందరు లాహోర్‌లో ఉన్నారు. అందుకే ఈ హత్యకు ప్రతీకారం తీర్చుకోవాలని ప్లాన్ చేయడం మొదలుపెట్టారు. ఈ బృందం యొక్క ఏదైనా పని కేంద్ర కమిటీలోని మెజారిటీ సభ్యులు తీసుకున్న నిర్ణయం ప్రకారం జరిగింది. ఫణీంద్రనాథ్ మరియు శివ వర్మ లాహోర్‌లో లేనప్పటికీ, మిగిలిన సభ్యులందరూ ఈ ప్రణాళికకు అనుకూలంగా ఉన్నారు. తక్షణమే ఒక నిర్ణయం తీసుకోవాలి మరియు ఈ ఇద్దరు సభ్యులను అంత త్వరగా పిలవడం సాధ్యం కాదు, కాబట్టి డిసెంబర్ 1928 మొదటి వారంలో లాహోర్‌లోని మజాంగ్ మొహల్లాలో సమావేశం జరిగింది. సభలో కమిటీ సమావేశం నిర్వహించి ప్రతీకారం తీర్చుకోవాలని నిర్ణయం తీసుకున్నారు.

ప్రణాళిక రూపురేఖలు

లాహోర్ సూపరింటెండెంట్ ఆఫ్ పోలీస్ స్కాట్‌ను చంపేందుకు పథకం వేశారు. దీన్ని అమలు చేసేందుకు చంద్రశేఖర్ ఆజాద్, భగత్ సింగ్, శివరామ్,

రాజ్‌గురు, జైగోపాల్ అనే నలుగురు యువకుల బృందాన్ని నియమించారు. కొద్దిరోజుల క్రితం స్కాట్ కదలికలను గమనించి, అతని కార్యకలాపాలను గమనించే బాధ్యతను జైగోపాల్‌కు అప్పగించారు. వీటన్నింటిని జైగోపాల్ బేరీజు వేసుకోవడం మొదలుపెట్టారు.

1928 డిసెంబరు 15న నియమిత రోజున, జైగోపాల్‌ను పోలీసు కార్యాలయానికి కొంచెం ముందుగానే పంపించారు. సైకిల్‌తో వచ్చాడు. ఆఫీస్ గేటు ముందు సైకిల్‌ను పార్క్ చేశాడు. హత్యను భగత్ సింగ్ మరియు రాజ్‌గురు చేయవలసి ఉంది. చంద్రశేఖర్ ఆజాద్ గేట్ ముందు డి.ఎ.వి. కాలేజీ గోడల మధ్య దాచారు. హత్య చేసి భగత్ సింగ్, రాజ్‌గురు పారిపోయినప్పుడు వారిని వెంబడించే వారిని అడ్డుకునే బాధ్యత అతనికి అప్పగించబడింది. అతను ఈ పని చేయడంలో చాలా నేర్పరి. సైకిల్‌ను రోడ్డుపై పార్క్ చేయడం వల్ల బుల్లెట్ తప్పిన వ్యక్తిని సైకిల్‌పై వెంబడించవచ్చు. నిర్ణీత సమయానికి అందరూ తమ తమ ప్రాంతాలకు చేరుకున్నారు. ఇక్కడ చేసిన పొరపాటు ఏమిటంటే, జైగోపాల్ వాస్తవానికి సాండర్స్‌ను స్కాట్‌గా తప్పుగా భావించారు. సాండర్స్ తన మోటార్‌సైకిల్‌పై కార్యాలయం గేటు వద్దకు రాగానే, జైగోపాల్ సిగ్నల్ ఇవ్వగా, రాజ్‌గురు వెంటనే అతని మెడపై బుల్లెట్ కాల్చాడు. సాండర్స్ వెంటనే మోటార్ సైకిల్‌తో పాటు కింద పడిపోయాడు. దీని తరువాత, ఎటువంటి రాయిని వదిలిపేయకుండా చూసుకోవడానికి, భగత్ సింగ్ అతని తలలోకి మరో నాలుగు-ఐదు బుల్లెట్లను కాల్చాడు.

పని పూర్తయిన తర్వాత, ఇద్దరూ డి.ఎ.వి. కాలేజీ ప్రాంగణం వైపు సాగింది. దీంతో కార్యాలయం వరండాలో నిలబడిన ఓ కానిస్టేబుల్ అరవడం ప్రారంభించాడు. తర్వాత ట్రాఫిక్

ఇన్‌స్పెక్టర్ ఫెర్న్, మరో ఇద్దరు కానిస్టేబుళ్లు వారిని వెంబడించేందుకు పరుగులు తీశారు. భగత్ సింగ్ ఫెర్న్‌పై కాల్పులు జరిపాడు. అతను వంగి తనను తాను రక్షించుకున్నాడు, కానీ ఈ ప్రయత్నంలో అతను పడిపోయాడు, ఇతర సైనికులు ఆశ్చర్యపోయారు, కానీ వారు అతనిని వెంబడించడం ఆపలేదు. దీనిపై ఆజాద్ తన వద్ద ఉన్న మౌజర్ పిస్టల్‌ను చూపి పారిపోవాలని హెచ్చరించాడు. చనన్ సింగ్ మరింత ధైర్యాన్ని ప్రదర్శించాలనుకున్నాడు; అతను వెంటాడటం ఆపలేదు. అప్పుడు ఆజాద్ కాల్చాడు, లక్ష్యం ఖచ్చితమైనది, అందుకే అతను కూడా శాశ్వతంగా పడిపోయాడు.

చనన్ సింగ్ పతనం తరువాత, అతనిని వెంబడించడానికి ఎవరూ సాహసించరు . చంద్రశేఖర్ ఆజాద్, భగత్ సింగ్ మరియు రాజగురు డి.ఎ.వి. కళాశాల నుండి హాస్టల్‌కి చేరుకున్నారు. అక్కడి నుంచి సైకిల్‌పై చంద్రశేఖర్ ఆజాద్, రాజ్‌గురు కూర్చొని వెనుక గేటులోంచి వెళ్లిపోయాడు. కొంత కాలం తర్వాత భగత్ సింగ్ స్నేహితుడి కోటు, ప్యాంటు, టోపీ మరియు కొంత డబ్బుతో వెళ్లిపోయాడు. ఇప్పుడు పోలీసులు పూర్తిగా అలర్ట్ అయ్యారు. లాహోర్‌ను అన్ని వైపుల నుండి దిగ్బంధించారు. గమనించదగ్గ విషయం ఏమిటంటే, భగత్ సింగ్ తనను వెంబడిస్తున్న ఫెర్న్‌పై కాల్పులు జరిపినప్పుడు, అతన్ని ఇద్దరు సైనికులు గుర్తించారు, అందువల్ల అతను నగరాన్ని విడిచిపెట్టడం కష్టం. దీన్ని దృష్టిలో ఉంచుకుని, అతను తన జుట్టు మరియు గడ్డం కత్తిరించుకున్నాడు.

లాహోర్ నుండి వలస

లాహోర్‌లో గుమిగూడిన ఇతర వ్యక్తులు ఫిరోజ్‌పూర్, అమృత్‌సర్ మొదలైన ప్రాంతాలకు ఒక్కొక్కరుగా వెళ్లారు, అయితే ఈ ముగ్గురికి వెళ్లడం అంత సులభం కాదు. అందువల్ల, దీని కోసం ప్రత్యేక పరికరాన్ని ఆశ్రయించారు. భగత్ సింగ్ ఇప్పుడు మోనా అయ్యాడని, అందుకే లాహోర్ నుండి బయటకు రావడానికి ఒక నాటకం వేయవలసి వచ్చిందని ఇదివరకే వ్రాయబడింది. ఇందులో ప్రముఖ విప్లవకారుడు భగవతి చరణ్ వర్మ భార్య దుర్గాదేవి సహాయం తీసుకున్నారు, ఆమె కూడా విప్లవకారుడు మరియు ఈ బృందంలో సభ్యురాలు. టీమ్ సభ్యులు ఆమెను దుర్గాభాభి అని పిలిచారు. దుర్గా భాభి గోరీ మేమ్‌గా మారారు మరియు భగత్ సింగ్ సాహెబ్‌గా మారారు మరియు రాజ్‌గురు అతని సేవకుడిగా మారారు. కలకత్తా మెయిల్ లాహోర్ నుండి ఉదయం ఆరు గంటలకు నడిచేది. అలా ముగ్గురూ సరైన సమయానికి స్టేషన్ చేరుకున్నారు. భగత్ సింగ్ తన ఓవర్ కోటు కాలర్ పైకెత్తాడు. చలికాలం కావడంతో ఎవరికీ అనుమానం రాలేదు. ప్లాట్‌ఫారమ్‌పై అక్కడక్కడ పోలీసులు ఉన్నారు. దుర్గాభాభి చిన్న పాప శచి భగత్ సింగ్ ఒడిలో ఉంది. పిల్లవాడికి మొహం దాచుకుని నడుస్తున్నాడు. అతని మరియు రాజ్‌గురు జేబులలో లోడ్ చేయబడిన పిస్టల్స్ ఉన్నాయి,

తద్వారా అవి పోలీసులతో ఎన్‌కౌంటర్ సందర్భంలో ఉపయోగపడతాయి. అటువంటి తీవ్రమైన పరిస్థితిలో, ఈ నాటకంలో దుర్గా భాభి తన బిడ్డకు సహకరించడం ఖచ్చితంగా గొప్ప త్యాగం; ఇది ప్రశంసనీయమైన సాహసం. ఈ పని కోసం వారి మొత్తం మెచ్చుకోవాల్సినవి చాలా తక్కువ. ఇంతమంది ఫస్ట్ క్లాస్ టిక్కెట్లు తీసుకుని కంపార్ట్ మెంట్ లో కూర్చుని పోలీసుల కళ్లలో దుమ్ము రేపుతూ లాహోర్ నుంచి కలకత్తాకు బయలుదేరారు.

చంద్రశేఖర్ ఆజాద్ మారువేషాల కళలో ప్రవీణులు, ఇది ఇంతకు ముందు చర్చించబడింది. అందువలన, అతను మరికొందరు సహచరులతో కలిసి మధురలోని పాండవుల సమూహాన్ని ఏర్పరచుకున్నాడు మరియు తానే వారికి గురువు అయ్యాడు. నుదుటిపై చందనం తిలకం, చేతిలో రామనామి ఉత్తరీయం, గీతాకీర్తనలు పెట్టుకుని అదే రైలులోని మరో కంపార్ట్‌మెంట్‌లో కూర్చుని లక్నో వెళ్లాడు. పోలీసు ఉచ్చు బిగించారు.

శ్రీ మన్మథనాథ్ గుప్త్ ఈ సంఘటన గురించి క్లుప్తంగా ఈ క్రింది పదాలలో వివరించారు – "కొద్దిసేపటిలో, మొత్తం పంజాబ్ పోలీసులు అప్రమత్తమయ్యారు మరియు సామ్రాజ్యవాద కుక్కలు చుట్టుముట్టడం ప్రారంభించాయి. భగత్ సింగ్, రాజ్‌గురు మరియు ఆజాద్ D.A.V. కళాశాల ప్రాంగణాన్ని విడిచిపెట్టారు, కానీ వారు లాహోర్‌లో ఉన్నారు మరియు లాహోర్ మారింది. చాలా వేడిగా ఉంది.భగత్ సింగ్ తన జుట్టు కత్తిరించుకున్నాడు మరియు అతను దుర్గాదేవిని మరియు ఆమె బిడ్డ శచిని తనతో తీసుకొని విలాసవంతంగా ఫస్ట్ క్లాస్‌లో రైలులో ప్రయాణించాడని చెబుతారు. రాజ్‌గురు అతని క్రమశిక్షణ పొందారు. చంద్రశేఖర్ ఆజాద్ తీర్థం. ప్రయాణికుల బృందాన్ని ఏర్పాటు చేసి వెళ్లిపోయారు అతనితో లాహోర్ దూత."

భగత్ సింగ్ సాహెబ్ మరియు ఆజాద్ మీమ్స్‌గా మారారని కొన్ని పుస్తకాలలో వ్రాయబడింది, అయితే ఇది సులభంగా అంగీకరించబడదు ఎందుకంటే ఆజాద్ యొక్క అందమైన, పురుష నిర్మాణ శరీరాన్ని ఒక పోటిగా ఊహించడం హాస్యాస్పదంగా ఉంది. అలాంటి శరీరం ఎంత ఉన్నా దాచిపెట్టినా నేను స్త్రీని కాదు మగవాడిని అని తనే కథ చెబుతాడు. అందువల్ల, దుర్గాభాభి మేమ్‌గా మారిందని స్థిరంగా అనిపిస్తుంది. ఇది చాలా పుస్తకాలలో వ్రాయబడింది మరియు ఇది సమర్థించబడుతోంది.

రాజ్‌గురు మరియు ఆజాద్‌లు అమృత్‌సర్‌లోనే అడుగుపెట్టారని కొన్ని పుస్తకాలలో వ్రాయబడింది, అయితే మరికొన్ని పుస్తకాల ప్రకారం వారు లక్నోలో అడుగుపెట్టారు. ఎలాగైనా, వారు విజయంతో లాహోర్ నుండి బయలుదేరారు. దీని తరువాత, భగత్ సింగ్ కలకత్తా వెళ్లి అక్కడ నుండి పార్టీ కోసం రహస్యంగా పనిచేయడం ప్రారంభించాడు. కొన్ని రోజులు; అంటే, ఈ గుంపు కార్యకలాపాలు దాదాపు నాలుగైదు నెలల పాటు మూసి ఉంచబడ్డాయి. ఈ సమయంలో ఇది చేయవలసి వచ్చింది, ఎందుకంటే సాండర్స్ హత్య కారణంగా పోలీసులు చాలా జాగ్రత్తగా వ్యవహరిస్తున్నారు.

అసెంబ్లీలో పేలుడు

సాండర్స్‌ను యమలోక్‌కు పంపిన తర్వాత, కలకత్తాలో ఉన్న సమయంలో, భగత్ సింగ్ బాంబు తయారీలో నైపుణ్యం కలిగిన విప్లవకారులను సంప్రదించాడు మరియు వారి సహాయంతో యునైటెడ్ ప్రావిన్స్ మరియు పంజాబ్‌లో బాంబు తయారీ కర్మాగారాలు ప్రారంభించబడ్డాయి మరియు బాంబుల తయారీని ప్రారంభించాడు. 'హిందూస్థాన్ సమాజ్‌వాదీ రిపబ్లికన్ సేన' సెంట్రల్ కమిటీ సెంట్రల్ అసెంబ్లీలో బాంబు వేయాలని నిర్ణయించింది, అయితే దీని ఉద్దేశ్యం ప్రభుత్వం పట్ల వ్యతిరేకతను వ్యక్తం చేయడమే తప్ప ఎవరినీ చంపడం కాదు. బాంబు పేలుడు జరిపిన సభ్యులకు, ఎవరికీ హాని కలగని ప్రదేశంలో బాంబును విసిరివేయాలని స్పష్టంగా చెప్పబడింది; అంతేకాకుండా, ఈ బాంబులు ఎవరికీ హాని కలిగించని సాధారణ బాంబులు. చంద్రశేఖర్ ఆజాద్, భగత్ సింగ్ మరియు ఇతర పార్టీ సభ్యులకు ఇలాంటివి చేయాలనే కోరిక ఇప్పటికే ఉంది. నిర్ణయం తీసుకున్న తర్వాత, సాండర్స్ హత్య కేసులో పోలీసులు అతని కోసం తీవ్రంగా శోధిస్తున్నందున, మొదట బాంబు విసిరే పని నుండి భగత్ సింగ్‌ను దూరంగా ఉంచారు. ఈ నిర్ణయం తీసుకున్నప్పుడు భగత్ సింగ్ అక్కడ లేడు, కానీ ఈ నిర్ణయం గురించి అతనికి తెలియగానే, అతను మొండిగా ఉన్నాడు; ఈ పని తనకు మాత్రమే అప్పగించాలని అన్నారు. చంద్రశేఖర్ ఆజాద్ దీన్ని కోరుకోలేదు, ఎంత ఒప్పించినా భగత్ సింగ్ అంగీకరించలేదు. పార్టీ సెంట్రల్ కమిటీ కూడా దీనికి భగత్ సింగ్ పేరును మెజారిటీతో ఆమోదించింది, ఎందుకంటే అతను దీనికి అత్యంత అర్హత కలిగిన వ్యక్తిగా పరిగణించబడ్డాడు.

మెజారిటీతో తీసుకున్న నిర్ణయాన్ని ఆజాద్ కూడా ఆమోదించాల్సి వచ్చింది. అనంతరం ప్రణాళిక రూపురేఖలు రూపొందించారు. బాంబు పేలుడు తర్వాత విప్లవకారులు పారిపోవాలని చంద్రశేఖర్ ఆజాద్ అభిప్రాయపడ్డారు. దాని ఆయన కూడా అసెంబ్లీకి వచ్చారు. క్షుణ్ణంగా తనిఖీ చేసిన తర్వాత వారు అసెంబ్లీ నుంచి తప్పించుకోవడం కష్టమేమీ కాదని భావించారు. దాని దీని కోసం అతను ఎక్కడికి పారిపోతాడో మ్యాప్ కూడా తయారు చేశాడు. కానీ మోటారు నిలబడి ఉంటుంది, అది వాటిని తీసుకుంటుంది, కానీ భగత్ సింగ్ అభిప్రాయం దీనికి పూర్తిగా భిన్నంగా ఉంది. అతను పారిపోవాలని అనుకోలేదు, కానీ అరెస్టు చేయడమే మంచిదని భావించాడు. దీని కోసం ఆయన వాదన ఏమిటంటే.. అరెస్టు తర్వాతే పార్టీ ఆలోచనలు దేశంలోనే కాకుండా విదేశాల్లోని ప్రజలకు వ్యాపించగలవని, ఎందుకంటే కోర్టులో అందరి ముందు తమ అభిప్రాయాలను చెప్పవచ్చు. అంతిమంగా భగత్ సింగ్ మాటలు అంగీకరించబడ్డాయి. మన్మథనాథ్ గుప్తా అందించిన కథనం ప్రకారం, భగత్ సింగ్ అలా చేయమని సుఖ్ దేవ్ సలహా ఇచ్చాడు.

సుఖ్‌దేవ్ అభిప్రాయం ప్రకారం, భగత్ సింగ్ మాత్రమే పార్టీ యొక్క ఆదర్శాలు మరియు లక్ష్యాలను ఉత్తమ రూపంలో కోర్టు ముందు ప్రదర్శించగలడు. "పట్టుకున్న తర్వాత, భగత్ సింగ్ మాత్రమే పార్టీ సూత్రాలు, ఆదర్శాలు, లక్ష్యాలు మరియు బాంబు పేలుడు యొక్క రాజకీయ ప్రాముఖ్యతను కోర్టు వేదికపై నుండి సరిగ్గా ప్రదర్శించగలడని అతను చెప్పాడు. ఈ విషయంలో, కేంద్ర కమిటీ సమావేశానికి ముందు, భగత్‌కు తన అభ్యర్థన. సింగ్ ఈ పని తానే చెయ్యాలి అని నిర్ణయించారు.తన అభిప్రాయానికి మిగతా కేంద్ర కమిటీ సభ్యులు ఒప్పుకోలేక పక్కకు వెళ్లి భగత్ సింగ్ తో మాట్లాడి.. నువ్వు తప్ప ఇంకెవరూ లేరని తెలియగానే పార్టీ లక్ష్యాన్ని నిలబెట్టుకోగలుగుతారు. , అలాంటప్పుడు మీ స్థానంలో మరొకరు బాంబు విసిరేందుకు కేంద్ర కమిటీని ఎందుకు అనుమతించారు."

గతంలో బతుకేశ్వర్ దత్, విజయ్‌కుమార్ సిన్హా పేర్లతో బాంబు పెట్టాలని నిర్ణయం తీసుకున్న సంగతి తెలిసిందే. బుట్కేశ్వరదత్ యొక్క ఈ మాటలకు భగత్ సింగ్ బాధపడి, అతను దత్తో ఇలా అన్నాడు- "అసెంబ్లీలో బాంబు వేయడానికి నేను వెళ్తాను, నా మాటలను సెంట్రల్ కమిటీ అంగీకరించాలి. మీరు నన్ను చేసిన అవమానానికి నేను సమాధానం చెప్పను. దీని తర్వాత మీరు నాతో ఎప్పుడూ మాట్లాడకూడదు." భగత్ సింగ్‌తో పాటు బాంబు విసిరడంలో బతుకేశ్వర్ దత్‌ను అతని సహచరుడిని చేశారు. దీనికి ఆజాద్ పేరును ఎవరూ ప్రజెంట్ చేయలేదు, ఎందుకంటే సభ్యులందరి అభిప్రాయం ప్రకారం, అతను అలాంటి విషయాలలో పాల్గొనకపోవడమే పార్టీ భవిష్యత్తుకు మంచిది.

భద్రతా బిల్లు మరియు పారిశ్రామిక వివాద బిల్లు – జన్ కేంద్రీయ అసెంబ్లీలో రెండు బిల్లులు సమర్పించబడ్డాయి. మొదటి బిల్లు యొక్క లక్ష్యం రాజకీయ ఉద్యమాలను అణిచివేయడం మరియు రెండవ బిల్లు యొక్క లక్ష్యం కార్మికుల సమ్మె హక్కును హరించడం. దీంతో ఈ బిల్లులు వివాదంగా మారాయి. ఈ బిల్లులను అసెంబ్లీ తిరస్కరించినా వైస్రాయ్ ప్రత్యేక అధికారంతో ప్రభుత్వం వాటిని ఆమోదిస్తుందని ప్రజలు విశ్వసించారు. ఈ రెండు బిల్లులపై 1929 ఏప్రిల్ 8న అసెంబ్లీలో నిర్ణయం వెలువడాల్సి ఉంది. అందువల్ల, అసెంబ్లీలో నామినేటెడ్ సభ్యుని సిఫార్సుపై భగత్ సింగ్ మరియు బతుకేశ్వర్ దత్ కోసం పాస్లు చేయబడ్డాయి. ఇద్దరూ ఖాకీ చొక్కాలు, నెక్కర్లు ధరించారు. జైదేవ్ కపూర్ అతన్ని అసెంబ్లీలో సరైన స్థలంలో కూర్చోబెట్టాడు, అక్కడ నుండి బాంబు విసిరే అసౌకర్యం ఉండదు మరియు ఎవరూ గాయపడరు.

అసెంబ్లీ కార్యక్రమాలు ప్రారంభమయ్యాయి. ప్రజా భద్రత బిల్లుపై తీవ్ర వ్యతిరేకత వ్యక్తమైంది. రెండో పారిశ్రామిక వివాదాల బిల్లు ఆమోదం పొందింది. (ఈ విషయంపై వివిధ పుస్తకాలలో వివిధ వివరణలు ఉన్నాయి. మన్మథనాథ్ గుప్తా అభిప్రాయం ప్రకారం, ఇది

పరిస్థితి, ఇది ఉల్లేఖించబడింది, అయితే మరికొన్ని పుస్తకాల ప్రకారం, అసెంబ్లీ రెండు బిల్లులను తిరస్కరించింది, కానీ వాటిని ఆమోదించింది వైస్రాయ్ యొక్క ప్రత్యేక అధికారం ఆమోదించబడుతుంది

స్పీకర్ తన నిర్ణయాన్ని ప్రకటించడానికి లేచి నిలబడగానే, భగత్ సింగ్ మరియు బతుకేశ్వర్ దత్ తమ స్థానాల నుండి లేచి నిలబడ్డారు. ప్రభుత్వ బల్లల వెనుక ఉన్న ఖాళీ స్థలంపై భగత్ సింగ్ బాంబు విసిరాడు. భారీ పేలుడు సంభవించింది. అందరూ అవాక్కయ్యారు. వారికి ఏమీ అర్థం కాకముందే మరో బాంబు విసిరారు. దీంతో ప్రజలు స్పృహ కోల్పోయారు. సర్ జార్జ్ షుస్టర్ టేబుల్ కింద దాక్కున్నాడు. ఈ హడావుడిలో ఢీకొనడంతో చిన్నపాటి గాయం కూడా అయింది. హాలు మొత్తం నీలి పొగతో నిండిపోయింది. వారిద్దరూ 'ఇంక్విలాబ్ జిందాబాద్', 'సామ్రాజ్యవాదానికి మరణం' అంటూ నినాదాలు చేస్తూ కరపత్రాలు విసిరారు.

చెవిటివారు వినడానికి పెద్ద స్వరం కావాలి." ఇదే సందర్భంలో మాట్లాడిన ఫ్రెంచ్ అరాచక అమరవీరుడు వాలన్ ఈ అమర పదాలతో మన పనిని సమర్థించుకోగలమా.గత పదేళ్లలో బ్రిటీష్ పాలన మన దేశానికి పాలనా సంస్కరణల పేరుతో చేసిన అవమానాన్ని ఖండించదగిన కథనాన్ని మనం పునరావృతం చేయకూడదనుకుంటున్నాము. పార్లమెంటు అనే ఈ సభ ద్వారా భారత జాతీయ నాయకులకు జరిగిన అవమానాలను కూడా చెప్పనక్కర్లేదు.

సైమన్ కమీషన్ పేరుతో, కొంతమంది ఎముకల రికవరీపై ఆశలు పెట్టుకున్నారని మరియు దొరికిన తాజా ఎముకల విభజనపై కూడా పోరాడుతున్నారని మేము స్పష్టం చేయాలనుకుంటున్నాము. అదే సమయంలో, ప్రభుత్వం భారతీయ ప్రజలపై ప్రజా భద్రతా బిల్లు మరియు పారిశ్రామిక వివాద బిల్లు వంటి అణచివేత చట్టాలను కూడా ప్రయోగిస్తోంది. దీంతో ఆయన ప్రెస్ సెషన్ బిల్లును అసెంబ్లీ తదుపరి సమావేశానికి రిజర్వ్ చేశారు. బహిరంగంగానే తమ పనులు సాగిస్తున్న కార్మిక నాయకులను విచక్షణారహితంగా అరెస్టులు చేయడం ప్రభుత్వ వైఖరి ఏమిటో స్పష్టం చేస్తోంది.

ఈ అత్యంత రెచ్చగొట్టే పరిస్థితులలో, 'హిందూస్థాన్ సమాజ్‌వాదీ రిపబ్లికన్ సేన', పూర్తి గంభీరతతో తన బాధ్యతను గ్రహించి, ఈ పనిని చేయమని తన సైన్యాన్ని ఆదేశించింది, తద్వారా చట్టం యొక్క ఈ అవమానకరమైన అపహాస్యం నిలిపివేయబడింది. విదేశీ ప్రభుత్వం యొక్క దోపిడీ బ్యూరోక్రసీ ఏమి చేసినా, దాని నగ్న రూపాన్ని ప్రజల ముందుకు తీసుకురావడం ఖచ్చితంగా అవసరం. ప్రజలు ఎన్నుకున్న ప్రజాప్రతినిధులు తమ నియోజకవర్గాలకు తిరిగి వచ్చి రాబోయే విప్లవానికి ప్రజలను సిద్ధం చేయాలి. నిస్సహాయ భారత ప్రజల తరపున ప్రజా భద్రతా బిల్లు మరియు పారిశ్రామిక వివాదాల బిల్లు, లాల్

యొక్క దారుణ హత్యను వ్యతిరేకిస్తూ, చరిత్రలో చాలాసార్లు పునరావృతం చేయబడిన విషయాన్ని మేము నొక్కిచెప్పాలనుకుంటున్నాము. హత్యకు పాల్పడే వ్యక్తి సులభం, కానీ మీరు విచాను చంపలేరు. గొప్ప సామ్రాజ్యాలు నాశనం చేయబడ్డాయి, కానీ ఆలోచనలు విప్లవకారులు విజయం సాధించి ముందుకు సాగారు. మానవ జీవితాన్ని పవిత్రంగా భావిస్తాం. ప్రతి మానవుడు సంపూర్ణ శాంతి మరియు స్వేచ్ఛను పొందే ఉజ్వల భవిష్యత్తును మేము విశ్వసిస్తున్నాము. మానవ రక్తాన్ని చిందించవలసిన మా బలవంతం పట్ల మేము చింతిస్తున్నాము. అయితే విప్లవానికి మానవుల త్యాగం అవసరం. విప్లవం చిరకాలం జీవించండి.

ఈ ఫారమ్ సమూహం యొక్క కమాండర్-ఇన్-చీఫ్ తరపున వ్రాయబడింది; సంతకానికి బదులుగా, బాల్‌రాజ్ అని వ్రాయబడింది.ఈ సంఘటనను శ్రీ మన్మథనాథ్ గుప్తుడు ఈ క్రింది మాటలలో వివరించాడు- “ఈ ఘటన 1929 ఏప్రిల్ 8న జరిగింది. ఆ సమయంలో కేంద్ర అసెంబ్లీలో ప్రజా భద్రత అనే బిల్లు పరిశీలనకు వచ్చింది. ఇరుపక్షాల నుంచి వాగ్యుద్ధం జరిగింది. 'వాణిజ్య వివాదాల' బిల్లు ఎక్కువ ఓట్లతో ఆమోదం పొందింది. మరియు 'ప్రజా భద్రతా బిల్లు'పై ఛైర్మన్ పటేల్ తన నిర్ణయాన్ని వెల్లడించడానికి సిద్ధంగా ఉన్నారు, అందరి చూపు అతనిపైనే ఉంది.

అది తీవ్ర ఉత్కంఠ రేపుతోంది. అలాంటి సమయంలో అకస్మాత్తుగా అసెంబ్లీ భవనంలోని ప్రేక్షకుల గ్యాలరీ నుండి భయంకరమైన బాంబు పడిపోయింది, అది పడిపోయిన వెంటనే భయాందోళనలకు గురి చేసింది, పొగ బాంబును చుట్టుముట్టింది, సర్ జార్జ్ షుస్టర్ మరియు సర్ బామంజీ దలాల్ వంటి కొంతమందికి స్వల్ప గాయాలయ్యాయి, బాంబు విసిరిన వారిలో ఇద్దరు యువకులు ఉన్నారు, ఒకరి పేరు సర్దార్ భగత్ సింగ్ మరియు మరొకరి పేరు బతుకేశ్వర్ దత్ ."

ముందుగా నిర్ణయించుకున్న పథకం ప్రకారం ఈ ఇద్దరు హీరోలు తమను తాము అరెస్టు చేశారు. ఆ తర్వాత న్యాయానికి సంబంధించిన సుదీర్ఘ డ్రామా ఆడారు. ఇది చివరికి భగత్ సింగ్, రాజ్‌గురు మరియు బతుకేశ్వర్ దత్‌లను ఉరితీయడానికి మరియు అనేక ఇతర విప్లవకారులకు అనేక రకాల జైలు శిక్షలకు దారితీసింది, ఇది తగిన ప్రదేశాలలో తరువాత వివరించబడుతుంది.

వైస్రాయ్ కారును పేల్చివేయాలని ప్లాన్

అసెంబ్లీ బాంబు కేసులో భగత్ సింగ్ మరియు బతుకేశ్వర్ దత్‌లను అరెస్టు చేసిన తర్వాత, సాండర్స్ హత్య కేసు కూడా వారిపై మరియు వారిపై విధించబడింది. హత్యకు సంబంధించి అనేక మంది సభ్యులను అరెస్టు చేశారు. పూర్తయింది. అందువల్ల, సమూహం

ఒక విధంగా విచ్ఛిన్నమైంది. ఇప్పటికీ ఆజాద్ ఈ బృందానికి కమాండర్ మరియు అతను సమర్థుడు, ధైర్యం మరియు కష్టపడి పనిచేసే కమాండర్ యొక్క అన్ని లక్షణాలను కలిగి ఉన్నాడు. దీనితో పాటు సమర్థులైన విప్లవకారులు భగవతీ చరణ్ బోహ్రా, ఆయన భార్య దుర్గాదేవి, సుశీలా దీదీ, శ్రీ యశ్పాల్ మొదలైన వారు ఆయన వెంట ఉన్నారు. అందుకే టీమ్ పని కొనసాగింది. ఈ కార్యక్రమం కింద వైస్రాయ్ ప్రత్యేక రైలును బాంబుతో పేల్చివేయాలని పథకం రూపొందించారు. అంతకుముందు, అక్టోబర్ 27, 1929 దీనికి నిర్ణయించబడింది. కానీ తర్వాత కొన్ని అనివార్య కారణాల వల్ల ఆ రోజు ఈ పని కుదరలేదు. అప్పుడు దీనికి డిసెంబర్ 23, 1929 రోజును నిర్ణయించారు.

ఈ పని కోసం చాలా కాలం ప్రిపరేషన్ చేయాల్సి వచ్చింది. ఈ విషయాన్ని పరిశీలించేందుకు బృందంలోని ఒక సభ్యుడిని సన్యాసి వేషంలో నిజాముద్దీన్‌కు పంపించారు. ఆ రోజు వైస్రాయ్ రైలు కొల్హాపూర్ నుంచి ఢిల్లీకి రావాల్సి ఉంది. దీనికి కొద్ది రోజుల ముందు రైల్వే లైన్ కింద బాంబులు బాగా అమర్చారు. ఈ బాంబులు కొన్ని వందల గజాల దూరంలో ఉన్న బ్యాటరీకి జోడించబడ్డాయి. అక్కడి నుంచి స్విచ్‌ను నొక్కడం వల్ల పేలుడు సంభవించి ఉండవచ్చు, లేకుంటే చాలా రోజులు వాహనాలు పరిగెత్తుతూనే ఉన్నాయి, కానీ ఎటువంటి నష్టం జరగలేదు. వైస్రాయ్ వాహనం దాని మీదుగా వెళ్లినప్పుడు స్విచ్ ఆన్ చేయబడింది.

పేలుడు భయంకరంగా ఉంది, కానీ అదృష్టవశాత్తూ వైస్రాయ్ రక్షించబడ్డాడు: కొన్ని సెకన్ల ఆలస్యం జరిగింది. ఫలితంగా వైస్రాయ్ సురక్షితంగా బయటపడ్డాడు, కానీ అతని కంపార్ట్‌మెంట్ వెనుక ఉన్న మూడవ కంపార్ట్‌మెంట్ పేలింది. ఈ ఘటన మళ్లీ కలకలం రేపింది. పోలీసులు ఇప్పటికే అప్రమత్తంగా ఉన్నారు; ఇప్పుడు మరింత రెచ్చిపోయిన ఆమె మునుపటి కంటే తన ప్రయత్నాలను మరింత ముమ్మరం చేసింది.

1930లో లాహోర్‌లో జరిగిన కాంగ్రెస్ సమావేశంలో తొలిసారిగా ఒకవైపు భారతదేశానికి సంపూర్ణ స్వాతంత్ర్యం కావాలని డిమాండ్ చేయగా, మరోవైపు ఈ ఘటనను ఖండించారు. దాని ప్రధాన భాగాలు క్రింది విధంగా ఉన్నాయి- "వైస్రాయ్ రైలులో బాంబు పేలుడు చర్యను ఈ కాంగ్రెస్ ఖండిస్తుంది మరియు అలాంటి చర్యలు కాంగ్రెస్ లక్ష్యాలకు విఘాతం కలిగించడమే కాకుండా జాతీయ ప్రయోజనాలకు కూడా హానికరం అని తన నిర్ణయాన్ని పునరుద్ఘాటిస్తుంది. వడ్డీ నష్టం ఉంది. అదృష్టవశాత్తూ తప్పించుకున్నందుకు ఈ కాంగ్రెస్ గౌరవనీయులైన వైస్రాయ్, శ్రీమతి ఇర్విన్ మరియు పేద సేవకులతో సహా వారి సహచరులను అభినందిస్తుంది."

వైస్రాయ్ రైలుపై బాంబు దాడికి ప్రయత్నించి విఫలమైనప్పటికీ, చంద్రశేఖర్ ఆజాద్ నాయకత్వంలో ఈ బృందం చురుకుగా కొనసాగింది. దీని తరువాత కూడా, అనేక చోట్ల బాంబు

పేలుళ్లు జరిగాయి, దోపిడీ మరియు హత్యకు ప్రణాళికలు రూపొందించబడ్డాయి; కానీ ఈ పథకాలన్నింటిలో ప్రత్యేక విజయం సాధించలేదు. ఈ బృందంలోని సభ్యులను పట్టుకునే పనిలో పోలీసులు నిమగ్నమయ్యారు. ఆగష్టు 1930లో ఈ బృందంలోని నలుగురు సభ్యులు రూప్‌చంద్, ఇంద్రపాల్, జహంగీర్ లాల్ మరియు కుందన్‌లాల్ అరెస్టయ్యారు.

దీని తర్వాత మరికొంత మంది సభ్యులు పట్టుబడ్డారు; మొత్తం ఇరవై ఆరు మంది సభ్యులను పోలీసులు అరెస్టు చేసినప్పటికీ పార్టీ అధ్యక్షుడు చంద్రశేఖర్ ఆజాద్, యశ్‌పాల్, సుశీలా దీదీ, దుర్గాభాభి, హన్సరాజ్, ప్రకాశవతి తదితరులను పోలీసులు పట్టుకోలేకపోయారు. దీంతో అతడు పరారీలో ఉన్నట్లు ప్రకటించారు. సుఖ్‌దేవ్‌రాజ్ కూడా పోలీసులకు చిక్కలేదు. పరారీలో ఉన్న నిందితులందరి కోసం పోలీసు ఇన్‌ఫార్మర్లు తిరుగుతూనే ఉన్నారు. ఒకరోజు లాహోర్‌లోని షాలిమార్ పార్క్‌లో సుఖ్‌దేవ్‌రాజ్ మరో యువకుడితో ఉన్నట్లు పోలీసులకు సమాచారం అందింది. దీంతో పోలీసులు వారిని చుట్టుముట్టారు. సుఖ్‌దేవ్‌రాజ్ జాడ లేదు, కానీ జగదీష్‌రాజ్ అనే యువకుడు పోలీసులతో పోరాడుతూ కాల్చి చంపబడ్డాడు.

ఈ అరెస్టయిన వ్యక్తులు విచారణలో వివిధ రకాల శిక్షలను అనుభవించారు. గులాబ్ సింగ్, జహంగీర్లాల్ మరియు అమ్రిక్ సింగ్‌లకు మొదట మరణశిక్ష విధించబడింది, అయితే తరువాత అమ్రిక్ సింగ్ విడుదలయ్యాడు మరియు మిగిలిన ఇద్దరికి కాలాపానీ మరియు మిగిలిన నిందితులకు వివిధ రకాల జైలు శిక్షలు విధించబడ్డాయి.

VII అధ్యాయం

న్యాయం మరియు స్వేచ్ఛ యొక్క నాటకం

విప్లవ పథం పూల మంచం కాదు; ఇది కత్తి యొక్క అంచు. ఈ దారిలో నడిచే ప్రతి ప్రయాణికుడికి ఈ చేదు నిజం తెలుసు. అందువల్ల, దానిపై నడవడం ఏ సాధారణ వ్యక్తికి అధికారం లేదు; కొంతమంది నిజమైన కొడుకులు మాత్రమే దానిపై నడవగలరు. ఎప్పుడూ తన ప్రాణాలను తన చేతుల్లో పెట్టుకునే ధైర్యవంతుడు మాత్రమే ఈ మార్గాన్ని అవలంబించగలడన్నది నిజం. చంద్రశేఖర్ ఆజాద్ వంటి విప్లవకారులు అలాంటి ధైర్యవంతులు.

అసెంబ్లీ బాంబు కేసు

'హిందుస్థాన్ రిపబ్లికన్ అసోసియేషన్'లో తన ప్రారంభ విప్లవాత్మక జీవితంలో, అతను ఆజాద్ దళ్‌లో తనకంటూ ప్రత్యేక స్థానాన్ని సంపాదించుకున్నాడు. అతని అలుపెరగని ఉత్సాహం మరియు విపరీతమైన చురుకుదనం కారణంగా, అతన్ని జట్టులో 'క్విక్ సిల్వర్' (మెర్క్యురీ) అని పిలిచేవారు. ఆజాద్ తన విప్లవ జీవితమంతా తన పేరును సార్థకం చేసుకున్నాడు. అతను చాలా కుంభకోణాలలో పాల్గొన్నాడు; పోలీసులు వారిని పట్టుకునేందుకు శాయశక్తులా ప్రయత్నించినా చేతులతో పాదరసం పట్టుకోవడం సాధ్యం కాలేదు. వారు పట్టుబడకూడదు; రాలేదు.

ఇక్కడ, భగత్ సింగ్ మరియు బతుకేశ్వర్ దత్ అసెంబ్లీలో పేలుడుకు కారణమైన తర్వాత తమను తాము అరెస్టు చేశారు. ఫలితంగా, అతన్ని అరెస్టు చేసి మొదట కొత్వాలి, చాందినీ చౌక్‌కు తరలించారు. ఇక్కడ అతను స్టేట్‌మెంట్ ఇవ్వడానికి నిరాకరించాడు, ఎందుకంటే అతను కోర్టులోనే స్టేట్‌మెంట్ ఇవ్వాలనుకున్నాడు. అనంతరం సివిల్‌లైన్ పోలీస్ స్టేషన్ లాకప్‌లో ఉంచారు. భగత్ సింగ్ అతని తండ్రి సర్దార్ కిషన్ సింగ్ తనను కలవడానికి వచ్చాడు, కానీ అతన్ని కలవడానికి అనుమతించలేదు.

ఏప్రిల్ 22, 1929 న, అతను పోలీసు లాకప్ నుండి ఢిల్లీ జైలుకు పంపబడ్డాడు. సర్దార్ కిషన్ సింగ్ తన న్యాయవాది అసఫ్ అలీతో కలిసి మే 3న జైలులో కలిశాడు. సర్దార్ కిషన్

సింగ్ ఈ కేసును తన శక్తితో పోరాడాలని భావించినప్పటికీ, భగత్ సింగ్ తన స్వంత భద్రత కోసం కేసును పోరాడటానికి వ్యతిరేకించాడు.

ఈ కేసును మే 7, 1929న అదనపు మేజిస్ట్రేట్ Mr. పూల దర్బారులో ప్రారంభమై జైల్లోనే కోర్టు సాగింది. ప్రభుత్వం తన పక్షాన్ని సమర్పించిన తర్వాత, భగత్ సింగ్ మరియు బతుకేశ్వర్ దత్‌లను స్టేట్‌మెంట్ ఇవ్వమని కోరగా, వారు 'మేము మా స్టేట్‌మెంట్‌ను సెషన్స్ జడ్జి కోర్టులో ఇస్తాము' అని స్టేట్‌మెంట్ ఇవ్వడానికి నిరాకరించారు. అందువల్ల, కేసు సెషన్స్ జడ్జి మిడిల్టన్ కోర్టుకు పంపబడింది. ఈ కోర్టు కూడా ఢిల్లీ జైలులో జరిగింది మరియు కేసు విచారణ జూన్ 4, 1929 నుండి ప్రారంభమైంది. ఇక్కడ భగత్ సింగ్ తన ప్రసిద్ధ చారిత్రక ప్రసంగం చేశాడు. ఆయన చేసిన ఈ ప్రసంగం పార్టీ లక్ష్యాలపై చక్కటి వెలుగునిస్తుంది. దాని నుండి కొన్ని సారాంశాలు ఇక్కడ ఉన్నాయి సమర్పించబడుతున్నాయి-

"మాపై తీవ్రమైన నేరాలు మోపబడ్డాయి. ఈ సమయంలో మా ప్రవర్తనను మేము స్పష్టం చేయాలనుకుంటున్నాము. దీనికి సంబంధించి క్రింది ప్రశ్నలు తలెత్తుతాయి –

1. సభలో బాంబులు వేయడానికి వెళ్లారా? అవును అయితే దానికి కారణం ఏమిటి?
2. దిగువ కోర్టు చేసిన ఆరోపణ నిజమా కాదా?

మొదటి ప్రశ్నలోని మొదటి సగం ఆమోదయోగ్యమైనది, అయితే కొంతమంది సహచరులు సంఘటనకు సంబంధించిన తప్పుడు వివరాలను అందించారు. బాంబు విసిరే బాధ్యతను మేం స్వీకరిస్తాం. కాబట్టి, మా ప్రకటన సరిగ్గా మూల్యాంకనం చేయబడుతుందని మేము ఆశిస్తున్నాము. ఉదాహరణకు, 'వారు మాలో ఒకరి చేతిలో నుండి పిస్టల్‌ను లాక్కున్నారు' అని మేము సూచించాలనుకుంటున్నాము. ఇది ఉద్దేశపూర్వక అబద్ధం. నిజానికి మేము లొంగిపోయే సమయానికి మా ఇద్దరి చేతిలో పిస్టల్ లేదు. మమ్మల్ని బాంబులు విసరడం చూశామని చెప్పిన సహచరులు. ఈ తెల్ల అబద్ధం చెప్పడానికి ఏ మాత్రం సంకోచించలేదు. న్యాయం యొక్క స్వచ్ఛత మరియు నిష్పక్షపాతతను రక్షించడం వారి లక్ష్యం వాస్తవాల నుండి వారి స్వంత తీర్మానాలను తీసుకుంటారని మేము ఆశిస్తున్నాము.

మొదటి ప్రశ్నలోని చివరి భాగానికి కొంత వివరంగా సమాధానం ఇవ్వవలసి ఉంటుంది, తద్వారా ఇప్పుడు చారిత్రక పాత్రను సంతరించుకున్న ఈ సంఘటనకు దారితీసిన ఉద్దేశాలు మరియు పరిస్థితులను పూర్తి మరియు బహిరంగ రూపంలో వివరించవచ్చు. కొంతమంది పోలీసు అధికారులు జైలులో మమ్మల్ని కలిశారు, వారిలో కొందరు ఈ సంఘటన తర్వాత, లార్డ్ ఇర్విన్ ఉభయ సభల సంయుక్త సమావేశంలో ప్రసంగిస్తూ, మేము బాంబు విసిరి ఏ

వ్యక్తిని చంపలేదని చెప్పాడు, బదులుగా, రాజ్యాంగంపైనే దాడి జరిగింది, ఈ సంఘటన యొక్క ప్రాముఖ్యతను సరిగ్గా అంచనా వేయలేదని మేము భావించాము.

మానవాళి పట్ల మనకున్న ప్రేమ ఎవరికీ తక్కువ కాదు. అందువల్ల, ఏ వ్యక్తి పట్లా శత్రుత్వం అనే ప్రశ్న తలెత్తదు. దీనికి విరుద్ధంగా, మన దృష్టిలో మానవ జీవితం చాలా పవిత్రమైనది, దానిని మాటలలో వర్ణించలేము. ప్రారంభమైనప్పటి నుండి, దాని నిరుపయోగాన్ని మాత్రమే కాకుండా, హానికరమైన సుదూర శక్తిని కూడా నగ్నంగా ప్రదర్శించిన ఒక సంస్థకు మా ఆచరణాత్మక ప్రతిఘటనను వ్యక్తపరచడమే మా లక్ష్యం. మనం ఎంతగా ఆలోచించామో, ఈ సభ ఉనికి యొక్క ఉద్దేశ్యం భారతదేశ పేదరికాన్ని మరియు నిస్సహాయతను ప్రపంచానికి చాటిచెప్పడమేనని మరియు ఇది ప్రతిస్పందించని మరియు ఏకపక్ష ప్రభుత్వానికి, అణచివేతకు ఉదాహరణ అని నిర్ధారణకు వచ్చాము. శక్తి చిహ్నంగా మారింది.

ప్రజా ప్రతినిధుల డిమాండ్లు పదే పదే చెత్త బుట్టలో పడుతున్నాయి. సభ ఆమోదించిన పవిత్ర తీర్మానాలను 'భారత పార్లమెంటు' అని పిలుచుకునేవారు అవమానకరంగా తుంగలో తొక్కుతున్నారు. అణచివేత మరియు ఏకపక్ష చట్టాలను ఆపడానికి సంబంధించిన ప్రతిపాదనలు అత్యంత అవమానకరంగా విస్మరించబడ్డాయి మరియు ఎన్నికైన ప్రజాప్రతినిధులచే తిరస్కరించబడిన ప్రభుత్వ చట్టాలు మరియు ప్రతిపాదనలు కూడా ప్రభుత్వంచే ఇష్టపూర్వకంగా ఆమోదించబడుతున్నాయి.

క్లుప్తంగా చెప్పాలంటే, మన చిత్తశుద్ధితో కృషి చేసినప్పటికీ, కోట్లాది మంది భారతదేశ ప్రజల కష్టార్జిత ధనం వెచ్చిస్తున్న ప్రతిష్టను నిలబెట్టుకోవడానికి, అటువంటి సంస్థ ఉనికిని ఎలా సమర్థించాలో అర్థం చేసుకోలేకపోతున్నాము. కేవలం అర్థరహితమైన మరియు దుర్మార్గపు కుట్రగా మిగిలిపోయింది.

ఈ విధంగా, భారతదేశాన్ని ఈ నిస్సహాయ లొంగదీసుకోవడానికి ముందస్తు ప్రణాళికతో ప్రజల సమయాన్ని మరియు డబ్బును వృధా చేస్తున్న నాయకుల వైఖరి యొక్క సమర్థనను మనం అర్థం చేసుకోలేకపోతున్నాము. పారిశ్రామిక వివాదాల బిల్లును ప్రవేశపెట్టినప్పుడు ఈ అంశంపై తీవ్రంగా ఆలోచించి, కార్మిక నాయకులను విస్తృతంగా అరెస్టులు చేయడం మరియు ఈ వివాదంపై ప్రత్యక్ష సమాచారం కోసం అసెంబ్లీకి వచ్చినప్పుడు, మా నమ్మకం మరియు అది కూడా స్పష్టమైంది. దోపిడీదారుల ఉక్కిరిబిక్కిరి చేసే శక్తికి మరియు అమాయక కార్మికులను లొంగదీసుకోవడానికి ఒక భయంకరమైన స్మారక చిహ్నంగా మారిన సంస్థ నుండి లక్షలాది మంది కార్మికులు ఏమీ పొందలేరు.

మొత్తం దేశ ప్రతినిధులను అమానుషం, అనాగరికం అంటూ అవమానించారు. దీనితో పాటు, దేశంలోని కోట్లాది మంది ఆకలితో ఉన్న మరియు పేద ప్రజల ప్రాథమిక హక్కులు

మరియు ఆర్థిక సంక్షేమానికి ఏకైక సాధనం లేకుండా పోయింది. నిశ్శబ్దంగా, నిస్సహాయంగా ఉన్న కార్మికుల కష్టాలపై మనకున్నంత సానుభూతి ఉన్న వ్యక్తి ఈ దృశ్యాన్ని ప్రశాంతంగా చూడలేరు మరియు ఆ దోపిడీదారుల ఆర్థిక వ్యవస్థను నిర్మించడంలో నిశ్శబ్దంగా తమ ప్రాణాలను త్యాగం చేసిన వారి పట్ల హృదయంలో కరుణ ఉన్నవారు.

తన ప్రాణాన్ని, రక్తాన్ని ధారపోసిన ఈ ప్రభుత్వం, కనికరంలేని అణచివేత ఫలితంగా తలెత్తుతున్న ఆత్మ యొక్క సాదాసీదా స్వరాన్ని అణచివేయదు. ఫలితంగా, మేము గవర్నర్ జనరల్ ఎగ్జిక్యూటివ్ కౌన్సిల్ మాజీ న్యాయ సభ్యుడిని లేట్‌గా నియమించాము. మిస్టర్. సి.ఆర్. దాస్ తన కుమారుడికి రాసిన లేఖలోని మాటల నుండి ప్రేరణ పొందాడు; అంటే ఇంగ్లండ్‌ని తన పీడకల నుండి మేల్కొలపడానికి బాంబు అవసరమని మరియు మేము దానిని కలిగి ఉన్న వారి తరపున అసెంబ్లీ నేలపై బాంబు విసిరాము. నా హృదయాన్ని కదిలించే బాధను చెప్పడానికి వేరే మార్గం లేదు. మా ఏకైక ఉద్దేశ్యం బధిరులకు మా గొంతు వినిపించడం మరియు వారిని విస్మరిస్తున్న వారికి సమయ హెచ్చరికలను తెలియజేయడం. ఎదుటి పరిస్థితిని చూసి ఆందోళన చెందకుండా గాల్లో పరుగెత్తే వారిని హెచ్చరించాం.

మునుపటి విభాగాలలో మేము ఊహాత్మక అహింస అనే పదాన్ని ఉపయోగించాము. మేము వాటిని వివరించాలనుకుంటున్నాము. మా దృష్టిలో, దూకుడుగా ఉపయోగించినప్పుడు బలాన్ని ఉపయోగించడం అన్యాయం మరియు మా దృష్టిలో ఇది హింస. కానీ ఒక నిర్దిష్ట లక్ష్యాన్ని సాధించడానికి శక్తిని ఉపయోగించినప్పుడు, అది నైతిక దృక్కోణం నుండి సమర్థించబడుతుంది. అధికార వినియోగాన్ని పూర్తిగా మినహాయించడం కేవలం ఊహాజనిత భ్రమ. ఈ దేశంలో ఒక కొత్త ఉద్యమం తలెత్తింది, దాని గురించి మేము ముందస్తు సమాచారం ఇచ్చాము. ఈ ఉద్యమం గురు గోవింద్ సింగ్, శివాజీ, కమల్ పాషా మరియు రిజా ఖాన్, వాషింగ్టన్ మరియు గ్యారీ బాల్డీ మరియు లఫాయెట్ మరియు లెనిన్ యొక్క రచనల నుండి ప్రేరణ పొందింది. విదేశీ ప్రభుత్వాలు మరియు భారతీయ ప్రజా నాయకులు ఈ ఉద్యమంపై కళ్ళు మూసుకున్నారని మరియు చెవిటి చెవిలో పడ్డారని మేము భావించాము. అందువల్ల, అటువంటి ప్రదేశాలలో హెచ్చరించడం మా కర్తవ్యంగా భావించాము.

వెళ్ళు, మన స్వరం ఎక్కడ వినబడదు. ఈ ఘటనలో స్వల్ప గాయాలైన వారిపై మాకు ఎలాంటి వ్యక్తిగత శత్రుత్వం, శత్రుత్వం లేవు. అసెంబ్లీలో కావాలనే బాంబు విసిరాం. వాస్తవం తనంతటా తానే సాక్షాత్కరిస్తుంది. మా ప్రయోజనం మా పని ఫలితాల ద్వారా నిర్ణయించబడాలని మేము అభ్యర్థిస్తున్నాము మరియు ఊహాత్మక పరిస్థితులు మరియు పక్షపాతాల ద్వారా కాదు. ప్రభుత్వ నిపుణులు ఆధారాలు ఇచ్చినప్పటికీ, అసెంబ్లీ భవనంపైకి

మనం విసిరిన బాంబుల వల్ల ఖాళీ బెంచీకి చిన్నపాటి నష్టం, పదిమందిలోపు మందికి చిన్నపాటి గీతలు పడ్డాయన్నది నిజం. ప్రభుత్వ శాస్త్రవేత్తలు దీనిని అద్భుతం అంటారు, కానీ మా దృష్టిలో ఇది పూర్తిగా శాస్త్రీయ ప్రక్రియ. మొదట, బెంచీలు మరియు డెస్క్‌ల మధ్య ఖాళీ స్థలంలో బాంబులు పేలాయి, రెండవది, పేలుడుకు కేవలం రెండు అడుగుల దూరంలో నిలబడి ఉన్న శ్రీ రావు వంటి వ్యక్తులు, శ్రీ శంకర్ రావు మరియు Mr. జార్జ్ షుస్టర్, ఆ అబ్బాయిలు అస్సలు గాయపడలేదు లేదా గీతలు పడలేదు. బాంబులు పొటాషియం క్లోరేట్ మరియు పిక్రేట్ వంటి శక్తివంతమైన మూలకాలతో నింపబడి ఉంటే, అవి అడ్డంకులను నాశనం చేస్తాయి మరియు పేలుడు జరిగిన ప్రదేశానికి చాలా దూరంలో కూర్చున్న వ్యక్తులు కూడా గాయపడేవారు. అతను మరింత శక్తివంతమైన అంశాలతో నిండి ఉంటే, అతను శాసనసభలోని చాలా మంది సభ్యుల జీవితాలను ముగించి ఉండేవాడు.

మేము వాటిని ముఖ్యమైన వ్యక్తులు కూర్చున్న ప్రభుత్వ పెట్టెల్లో కూడా విసిరి ఉండవచ్చు. అంతెందుకు, మనం చేయగలిగింది ఏమిటంటే, ఆ సమయంలో గ్యాలరీలో కూర్చున్న స్పీకర్ సర్ జాన్ సైమన్‌పై దాడి చేసి ఉంటాడు, అతని దురదృష్టకర కమిషన్ దేశంలోని తెలివిగల ప్రజలందరూ అసహ్యించుకుంటారు." ఈ కోర్టు ముందు విప్లవం యొక్క అర్థాన్ని వివరిస్తుంది. , భగత్ సింగ్ అతను ఇలా అన్నాడు - "విప్లవంలో మారణాయుధాలకు తప్పనిసరి స్థానం లేదు! అలాగే వ్యక్తిగతంగా ప్రతీకారం తీర్చుకునే అవకాశం లేదు. విప్లవం అనేది బాంబులు మరియు ప్రతీకార సంస్కృతి కాదు. విప్లవం ద్వారా మన ఉద్దేశ్యం మార్పు రావాలి. అన్యాయంపై ఆధారపడిన వ్యవస్థ, నిర్మాతలు మరియు కార్మికులు సమాజంలో చాలా ముఖ్యమైన భాగాలు, అయినప్పటికీ దోపిడీదారులు వారి ప్రాథమిక హక్కులను మరియు వారి శ్రమ ఫలాలను కోల్పోతారు.ఒక వైపు, అందరికీ ఆహారాన్ని ఉత్పత్తి చేసే రైతులు ఆకలితో చనిపోతున్నారు, మరోవైపు వారు ప్రపంచవ్యాప్తంగా ఉన్న మార్కెట్‌లకు బట్టలను సరఫరా చేయవలసి వస్తుంది.

నేతలు తమ పిల్లలకు మరియు వారి పిల్లలకు కప్పడానికి సరిపడా బట్టలు పొందలేకపోతున్నారు మరియు భవన నిర్మాణాలు, కమ్మరి మరియు వడ్రంగిలో నిమగ్నమైన ప్రజలు అద్భుతమైన రాజభవనాలు నిర్మించినా మురికివాడలలో నివసిస్తున్నారు మరియు మరణిస్తున్నారు. , మరోవైపు దోపిడీదారులు, సమాజం మీద చిచ్చుబుడ్డిలా బతికే మనుషులు తమ ఇష్టానుసారంగా కోట్లాది రూపాయలను నీళ్లలా వెచ్చిస్తున్నారు.ఈ భయంకరమైన అసమానతలు, అభివృద్ధి అవకాశాల కృత్రిమ సమానత్వం సమాజాన్ని అరాచకం వైపు నడిపిస్తున్నాయి. "ఇది విస్మరించబడి, ప్రస్తుత ప్రభుత్వ వ్యవస్థ చిగురించే సహజ శక్తుల మార్గాన్ని అడ్డుకుంటుంది మరియు ఈ క్రమం కొనసాగితే, అప్పుడు భయంకరమైన వివాదం తలెత్తడం ఖాయం .

దీని ఫలితంగా అన్ని నిరోధక అంశాలు విసిరివేయబడతాయి మరియు శ్రామికవర్గం ఆధిపత్యం చెలాయిస్తుంది, తద్వారా విప్లవం యొక్క లక్ష్యాన్ని సాధించవచ్చు. విప్లవం మానవజాతి జన్మహక్కు. స్వేచ్ఛ అనేది మానవులందరికీ జన్మహక్కు, దాని ని ఎట్టి పరిస్థితుల్లోనూ లాక్కోలేము. కార్మికవర్గమే సమాజానికి నిజమైన ఆధారం. ప్రజల సార్వభౌమాధికార స్థాపన కార్మికుల అంతిమ లక్ష్యం. ఈ ఆదర్శాలు మరియు విశ్వాసం కోసం మేము కోర్టు ద్వారా మాకు ఇవ్వబోయే అన్ని ఇబ్బందులను ఎదుర్కొంటాము. ఈ బలిపీఠంపై మా యవ్వనాన్ని ధూపంలా కాల్చడానికి మేము అంగీకరించాము. ఈ గొప్ప లక్ష్యం కోసం ఏ త్యాగమూ పెద్దదిగా పరిగణించబడదు. విప్లవం యొక్క పురోగతి కోసం మేము సంతృప్తితో వేచి ఉంటాము. విప్లవం చిరకాలం జీవించండి.

భగత్ సింగ్ యొక్క ఈ ప్రసంగం సహజంగానే దేశం దృష్టిని అతని వైపు మరియు అతని పార్టీ వైపు ఆకర్షించింది. ఈ కేసులో తనను తాను రక్షించుకునే ప్రయత్నం చేయలేదు. కోర్టు విచారణలు జూన్ 10, 1929 న పూర్తయ్యాయి మరియు రెండు రోజుల తరువాత జూన్ 12 న తీర్పు ప్రకటించబడింది, ఇందులో భగత్ సింగ్ మరియు బతుకేశ్వర్ దత్ ఇద్దరికీ జీవిత ఖైదు విధించబడింది. దీని తరువాత, భగత్ సింగ్ను పంజాబ్లోని అపఖ్యాతి పాలైన మియాన్వలీ జైలుకు మరియు బతుకేశ్వర్ దత్ను లాహోర్ సెంట్రల్ జైలుకు పంపారు.

తనను తాను రక్షించుకోవడం వల్ల ఎలాంటి ఫలితం ఉండదని భగత్ సింగ్కు తెలుసు, అందుకే అతను దాని కోసం ఎలాంటి ప్రయత్నం చేయలేదు. పైన పేర్కొన్న అతని ప్రసంగం యొక్క ఉద్దేశ్యం అతని అభిప్రాయాలను ప్రజలకు తెలియజేయడం మాత్రమే. తన కారణాన్ని మరింత ప్రోత్సహించడానికి, అతను ఈ నిర్ణయంపై పంజాబ్ హైకోర్టులో అప్పీల్ చేశాడు.

లాహోర్ హైకోర్టులో జస్టిస్ ఫోర్డ్ మరియు జస్టిస్ అడిసన్ ముందు ఈ అప్పీల్ విచారణ జరిగింది. ఇక్కడ కూడా భగత్ సింగ్ తన లక్ష్యాల గురించి ఒక ప్రకటన ఇచ్చాడు. ఈ ప్రకటనలో అతను నేరస్థుడిని కాదని, మాతృభూమి స్వేచ్ఛ కోసం పోరాడుతున్న యోధుడని నిరూపించాలనుకున్నాడు. ఏ నేరస్థుడైనా అతని ఉద్దేశాన్ని దృష్టిలో ఉంచుకుని శిక్షించాలనే వాస్తవాన్ని అతను ప్రత్యేకంగా నొక్కి చెప్పాడు –

"నిందితుడి ఉద్దేశం తెలిసే వరకు, అతని అసలు ప్రయోజనం తెలియదు. లక్ష్యాన్ని పూర్తిగా మరచిపోతే, ఏ వ్యక్తికి న్యాయం జరగదు, ఎందుకంటే ఉద్దేశ్యాన్ని విస్మరిస్తే, ప్రపంచంలోని గొప్ప జనరల్స్ సాధారణ హంతకులుగా కనిపిస్తారు. ప్రభుత్వ పన్నులు వసూలు చేసే వ్యక్తుల్లో ఎక్కువ మంది దొంగలు, మోసగాళ్లుగా కనిపిస్తారు మరియు న్యాయమూర్తులు కూడా హత్యా నేరారోపణలకు గురవుతారు.

ఈ విధంగా, సామాజిక క్రమం మరియు నాగరికత రక్తపాతం, దొంగతనం మరియు మోసానికి తగ్గించబడుతుంది. లక్ష్యం విస్మరించబడితే, సమాజంలోని ప్రజల నుండి న్యాయం

74

ఆశించే హక్కు ప్రభుత్వానికి ఉంది? లక్ష్యాన్ని విస్మరించినట్లయితే, అప్పుడు మత ప్రబోధం అబద్ధాల ప్రచారంగా కనిపిస్తుంది మరియు ప్రతి ప్రవక్త లక్షలాది అజ్ఞానులను మరియు అమాయక ప్రజలను తప్పుదోవ పట్టిస్తున్నారని ఆరోపించారు.

ఉద్దేశ్యాన్ని మరచిపోయినట్లయితే, అప్పుడు యేసుక్రీస్తును ఇబ్బంది పెట్టేవాడు, శాంతికి భంగం కలిగించేవాడు మరియు తిరుగుబాటు బోధకుడుగా కనిపిస్తాడు మరియు చట్టంలోని మాటలలో ప్రమాదకరమైన వ్యక్తిగా పరిగణించబడతాడు, కానీ మేము ఆయనను ఆరాధిస్తాము; మన హృదయాలలో అతని పట్ల నాకు అపారమైన గౌరవం ఉంది." లాహోర్ హైకోర్టు ఈ అప్పీల్‌ను తిరస్కరించింది . కోర్టు శిక్షను సమర్థించింది. జైళ్లలో ఉన్న రాజకీయ ఖైదీల కోసం భగత్ సింగ్ సౌకర్యాల కోసం జూన్ 15, 1929 నుండి ఆమరణ నిరాహార దీక్ష చేసాడు. దాన్ని ప్రారంభించారు. ఈ వార్త అందుకున్న బతుకేశ్వర్ దత్ కూడా అదే రోజు నుండి లాహోర్ సెంట్రల్ జైలులో అతనికి మద్దతుగా నిరాహార దీక్ష ప్రారంభించాడు. మియాన్వాలి జైలులో భగత్ సింగ్ ఒంటరిగా ఉన్నాడు. ఇప్పుడు అతను సాండర్స్ హత్య కేసులో కూడా విచారణను ఎదుర్కోబోతున్నాడు. ఈ హత్య కేసులో ఇతర నిందితులు లాహోర్ సెంట్రల్ జైలులో ఉన్నారు. అందువల్ల, జూన్ 17, 1929న, అతను లాహోర్ సెంట్రల్ జైలుకు తనను బదిలీ చేయమని పంజాబ్ రాష్ట్ర జైళ్ల ఇన్‌స్పెక్టర్ జనరల్‌కు ఒక దరఖాస్తును సమర్పించాడు. అతని డిమాండ్‌ను అంగీకరించి ఈ నెల చివరి వారంలో లాహోర్ సెంట్రల్ జైలుకు తరలించారు.

లాహోర్ కేసు కేసు

లాహోర్ కేసు అని కూడా పిలువబడే సాండర్స్ హత్య కేసు లాహోర్ మేజిస్ట్రేట్ శ్రీ కృష్ణ కోర్టులో జూలై 10, 1929 నుండి విచారణ జరిగింది ప్రారంభించారు. భగత్ సింగ్ మరియు బతుకేశ్వర్ దత్ నిరాహారదీక్షలో ఉన్నారు, కాబట్టి వారిని స్ట్రెచర్‌పై కోర్టుకు తీసుకువచ్చారు. దీని తరువాత, ఈ కేసులో ఇతర నిందితులు కూడా అతనికి మద్దతుగా నిరాహార దీక్ష ప్రారంభించారు. జూలై 14, 1929న, భగత్ సింగ్ ఖైదీలకు సౌకర్యాలు కల్పించాలని కోరుతూ తన డిమాండ్ల గురించి భారత ప్రభుత్వ హోమ్ సభ్యునికి ఒక లేఖ పంపాడు. ఈ డిమాండ్లకు ప్రభుత్వం ఎలాంటి ప్రాధాన్యత ఇవ్వకపోవడంతో సమ్మె కొనసాగింది. ఖైదీల ఆరోగ్యం రోజురోజుకూ క్షీణిస్తూనే ఉంది, భగత్ సింగ్ బరువు మొదట్లో 133 పౌండ్లు, ఇది జూలై 30 వరకు వారానికి 5 పౌండ్లు తగ్గుతూ వచ్చింది మరియు తరువాత స్థిరంగా మారింది.

జతిందాస్ ఆమరణ నిరాహార దీక్షలో మరణించారు

ఈ నిరాహార దీక్షలో జతిందాస్ (యతీంద్రనాథ్ దాస్) పరిస్థితి రోజురోజుకూ దిగజారింది. ఇది యావత్ దేశ వ్యాప్తంగా సంచలనం సృష్టించింది. అతను మృత్యువు వైపు స్థిరంగా

పయనించడం ప్రారంభించాడు. మోతీలాల్ నెహ్రూ, జవహర్‌లాల్ నెహ్రూ మొదలైన నాయకులు ఈ విషయంపై వార్తాపత్రికల ద్వారా తమ స్వరం పెంచారు. డాక్టర్ గోపీనాథ్ భార్గవ, పురుషోత్తం దాస్ టాండన్ తదితర నేతలు ఈ జైలుకు చేరుకున్నారు. అతను ఉపవాసం విరమించి జతిందాస్ ప్రాణాలను కాపాడటానికి తన శాయశక్తులా ప్రయత్నించాడు, కానీ అతను విజయవంతం కాలేదు. ఆయనను కలిసిన తర్వాత, పండిట్ జవహర్‌లాల్ నెహ్రూ, జతిందాస్ దయనీయ స్థితిని వివరిస్తూ ఇలా అన్నారు –

"యతీంద్రదాస్ పరిస్థితి చాలా సీరియస్ అయ్యింది.. చాలా బలహీనంగా తయారయ్యాడు, తన వైపు మార్చే శక్తి కూడా లేదు.. చాలా నిదానంగా మాట్లాడతాడు.. నిజానికి చూస్తే మృత్యువు వైపు పయనిస్తున్నాడు.. వీటి గురించి ఆందోళన చెందుతున్నాను. వీర యువకుల బాధలు చూస్తుంటే చాలా బాధగా ఉంది.. తమ ప్రాణాలను పణంగా పెట్టి ఈ పోరాటానికి దిగినట్లుంది.రాజకీయ ఖైదీలను రాజకీయ ఖైదీల మాదిరిగా చూడాలని కోరుతున్నారు.ఈ తపస్సు సఫలమవుతుందని నాకు పూర్తి నమ్మకం ఉంది. అలంకరించబడి ఉండండి." ఈ నిరాహార దీక్షకు సానుభూతి తెలుపుతూ అనేక ఇతర జైళ్లలో కూడా నిరాహార దీక్షలు చేపట్టారు. ఈ ఫాస్ట్ కారణంగా విచారణ తేదీలు కూడా మారుతూ వచ్చాయి.

తర్వాత 1917లో పంజాబ్ జైలు కమిటీ సంస్కరణల డిమాండ్లను పరిశీలించేందుకు ఉపసంఘాన్ని ఏర్పాటు చేసింది. అందుకే 1929 సెప్టెంబరు 2న జతిందాస్ తప్ప అందరూ ఉపవాసం విరమించారు. ఈ సబ్‌కమిటీ కూడా జతిందాస్‌ను విడుదల చేయాలని సిఫారసు చేసింది, అయితే ప్రభుత్వం బెయిల్ లేకుండా విడుదలను అంగీకరించలేదు మరియు బెయిల్ లేఖపై సంతకం చేయడానికి జతిందాస్ నిరాకరించారు. జతిందాస్, భగత్ సింగ్ తదితరుల పరిస్థితి చూసి రెండు రోజుల తర్వాత మళ్లీ నిరాహార దీక్ష ప్రారంభించారు. చివరగా, సెప్టెంబర్ 13, 1929న, 1:05 గంటలకు, జతిందాస్ మరణించాడు. నేతాజీ సుభాష్ చంద్రబోస్ తన మృతదేహాన్ని లాహోర్ నుండి కలకత్తాకు పంపేందుకు రూ.600 చెల్లించారు. కాబట్టి అతని మృతదేహాన్ని కలకత్తాకు పంపారు, అక్కడ అతని అంత్యక్రియలకు లక్షలాది మంది ప్రజలు నివాళులర్పించారు.

అధికార పరిధిలో కేసు

మే 1, 1930న ప్రత్యేక ఆర్డినెన్స్ కింద కేసును ట్రిబ్యునల్‌కు అప్పగించారు. ఇందులో ముగ్గురు న్యాయమూర్తులు ఉన్నారు, వీరిని లాహోర్ హైకోర్టు ప్రధాన న్యాయమూర్తి నియమించారు. ఈ ట్రిబ్యునల్‌కు నిందితులు హాజరుకాకుండా కోర్టు కార్యకలాపాలు నిర్వహించే అధికారాలు ఇచ్చారు. మే 5న లాహోర్‌లోని ఈ ట్రిబ్యునల్‌లోని పూంచ్ హౌస్‌లో

కేసు విచారణ ప్రారంభమైంది. ఈ నిందితులు దేశభక్తి పాటలు పాడారు మరియు ఈ చట్టపరమైన చర్యలన్నీ కేవలం బూటకమని నమ్ముతారు. అందుకే, కోర్టులో జరిగే ప్రతి విచారణలోనూ అడ్డంకులు సృష్టిస్తూనే ఉన్నారు. ఇలాంటి సంఘటనలో ఒకసారి, ట్రిబ్యునల్ ఛైర్మన్ జస్టిస్ కోల్డ్ స్ట్రీమ్ నిందితులను కర్రలు మరియు బూట్లతో కొట్టాలని పోలీసులను ఆదేశించారు. పోలీసులు కూడా అలాగే చేశారు.

అందువల్ల నిందితులు రెండవ రోజు నుండి కోర్టు కార్యకలాపాలను బహిష్కరించారు మరియు జస్టిస్ కోల్డ్ స్ట్రీమ్‌ను భర్తీ చేయాలని డిమాండ్ చేశారు. ఈ రోజు నిందితుల పట్ల పోలీసులు దురుసుగా ప్రవర్తించారు. ఈ చర్యను ట్రిబ్యునల్‌లోని భారతీయ సభ్యుడు జస్టిస్ అగా హైదర్ కూడా విమర్శించారు, కాబట్టి కోల్డ్‌స్ట్రీమ్ దీనితో పాటు, అగా హైదర్‌ను కూడా భర్తీ చేసి, కొత్త ట్రిబ్యునల్‌ను ఏర్పాటు చేశారు, దీనిలో జస్టిస్ జి.సి. హిల్టన్, జస్టిస్ అబ్దుల్ ఖాదిర్ మరియు జస్టిస్ J.K. కుళాయిలు ఉండేవి. అయినప్పటికీ నిందితులు కోర్టును బహిష్కరిస్తూనే ఉన్నారు. జస్టిస్ కోల్డ్ స్ట్రీమ్ తన ప్రవర్తనకు క్షమాపణ చెప్పాలని భగత్ సింగ్ అన్నారు. ప్రభుత్వం జస్టిస్ కోల్డ్‌స్ట్రీమ్‌ను దీర్ఘకాలిక సెలవుపై పంపింది మరియు ప్రభుత్వం ఈ డిమాండ్‌ను ఎలా అంగీకరించగలదు.

నిర్ణయం

ట్రిబ్యునల్‌లో నిందితులు గైర్హాజరు కావడంతో విచారణ కొనసాగింది. దీని తరువాత, కోర్టు తన పనిని ఆగస్టు 26, 1930 న పూర్తి చేసింది. ఆ తర్వాత తమ తరఫు వాదనలో ఏదైనా చెప్పాలనుకున్నా లేదా న్యాయవాదిని నియమించుకోవాలనుకున్నా లేదా ఏదైనా సాక్షిని హాజరుపరచాలనుకున్నా, అలా చేయవచ్చని నిందితులకు సందేశం పంపబడింది. నిందితుడు ఈ డ్రామా యొక్క అర్థం అర్థం; ఎందుకంటే అన్ని ప్రొసీడింగ్‌లు ముగిసిన తర్వాత ఇప్పుడు తీర్పు మాత్రమే ఇవ్వబోతున్నారు, అందుకే తిరస్కరించారు.

ఈ కేసు తీర్పు 1930 అక్టోబర్ 7న వెలువడింది. నిందితులు కోర్టును బహిష్కరించారు, కాబట్టి ట్రిబ్యునల్ ప్రత్యేక మెసెంజర్ జైలులోనే వారికి తీర్పును అందించారు. తీర్పు ప్రకారం, నిందితులకు ఈ క్రింది శిక్షలు విధించబడ్డాయి-

మరణశిక్ష – భగత్ సింగ్, రాజ్‌గురు మరియు సుఖ్‌దేవ్.

కృష్ణాజలాల శిక్ష: కమల్‌నాథ్ తివారీ, జైదేవ్ కపూర్, విజయ్‌కుమార్ సిన్హా, శివ వర్మ, గయా ప్రసాద్, మహావీర్ సింగ్

మరియు కిషోరి లాల్.

7 సంవత్సరాల జైలు శిక్ష – కుందన్‌లాల్.

3 సంవత్సరాల జైలు శిక్ష – ప్రేమదాస్.

వీరితో పాటు జితేంద్ర సన్యాల్, మాస్టర్ ఆశారామ్, అజయ్ ఘోష్, దేశరాజ్, సురేంద్రనాథ్ పాండేలను విడుదల చేశారు.

తీర్పు తర్వాత

కోర్టు నిర్ణయం వెలువడిన వెంటనే, లాహోర్‌లో సెక్షన్ 144 విధించబడింది, దీని కింద నగరంలో ఎలాంటి ప్రదర్శనలు, సమావేశాలు లేదా పోస్టర్లు వేయడం మొదలైన వాటిపై నిషేధం ఉంది. ఇన్ని జాగ్రత్తలు తీసుకున్నప్పటికీ, ఆ సాయంత్రం, ఎలాంటి ముందస్తు నోటీసులు లేకుండా, లాహోర్ మునిసిపాలిటీ మైదానంలో భారీ సమావేశం జరిగింది, ఇందులో మొత్తం న్యాయ ప్రక్రియలు విమర్శించబడ్డాయి. కట్టుదిట్టమైన భద్రత ఉన్నప్పటికీ, జర్నలిస్టులకు భగత్ సింగ్ మరియు అతని సహచరుల ఫోటోలు ఎలా లభించాయి, వారు తమ వార్తాపత్రికలలో కథనాలతో పాటు ప్రచురించారు.

ఈ మరణశిక్షకు నిరసనగా దేశవ్యాప్తంగా ప్రదర్శనలు, సమ్మెలు మొదలైన వాటి వరదలు జరిగాయి. లాహోర్‌లోని డి.ఎ.వి ఓ ప్రొఫెసర్‌తో పాటు కొందరు కాలేజీ విద్యార్థులు పోలీసులపై దాడి చేశారు. విద్యార్థి సంఘం పిలుపు మేరకు అక్టోబర్ 8న సమ్మె జరిగింది. చాలా విద్యాసంస్థలు ఆటోమేటిక్‌గా మూతపడ్డాయి. అలాంటి వాతావరణం దేశమంతటా నెలకొంది.

భగత్ సింగ్ తండ్రి వైస్రాయ్ కి ఒక దరఖాస్తును సమర్పించారు దీనిని నిరూపించేందుకు అవకాశం ఇవ్వాలని కోరారు. భగత్ సింగ్ హత్య జరిగిన రోజు కలకత్తాలో ఉన్నాడు, అయితే భగత్ సింగ్ తన తండ్రికి ఈ చర్యకు వ్యతిరేకంగా బహిరంగంగా నిరసన తెలిపాడు. ప్రివి కౌన్సిల్‌కు కూడా విజ్ఞప్తి చేశారు. మహామన మదన్ మోహన్ మాలవ్య వైస్రాయ్ దయ కోసం విజ్ఞప్తి చేశారు. దేశం నలుమూలల నుండి ప్రజలు తమ మరణశిక్షను మార్చాలని తమ స్వరం పెంచారు, ప్రతిచోటా ప్రజలు సంతకాల ప్రచారాన్ని ప్రారంభించారు మరియు వైస్రాయ్‌కు రిమైండర్లు పంపారు, కానీ వారి ఫలితం శూన్యం మరియు మార్చి 23, 1931 న, ఈ ముగ్గురు వీరులను లాహోర్‌లో ఉరితీశారు. .

ఉరిశిక్ష పడిన తర్వాత కూడా దేశంలో ఆగ్రహం తగ్గలేదు. ప్రభుత్వ చర్యను దేశవ్యాప్తంగా పత్రికలు ఖండించాయి. ఆ సమయంలో మహాత్మా గాంధీ భారత రాజకీయాలను శాసించేవాడు. ఫిబ్రవరి 1931లో, అతను వైస్రాయ్ లార్డ్ ఇర్విన్‌తో ఒక ఒప్పందంపై సంతకం చేశాడు, దీనిని గాంధీ-ఇర్విన్ ఒప్పందం అని పిలుస్తారు. ఈ ఒప్పందం నివేదిక కోసం భారత ప్రజలు ఎంతో ఆశతో ఎదురుచూశారు.

అతనిని పూర్తిగా నమ్మండి గాంధీజీ ఈ వీరులను ఉరితీయకుండా కాపాడతారని అతను ఆశించాడు, కాని రాజీ నివేదిక ప్రచురించబడినప్పుడు, అతని ఆశలన్నీ అడియాశలయ్యాయి; ఒప్పందంలో ఈ విషయాన్ని ప్రస్తావించలేదు. అవును, జైళ్లలో ఉన్న కాంగ్రెస్ సత్యాగ్రహులందరినీ విడుదల చేస్తామని ప్రకటించారు. గాంధీజీ చేసిన ఈ పని చాలా విమర్శలకు గురైంది. ఈ సందర్భంగా పలుచోట్ల విలేకరులు ఆయనను ప్రశ్నలు అడిగారు. ఈ ఉరి వేసిన కొద్ది రోజుల తర్వాత కరాచీ కాంగ్రెస్ సమావేశానికి హాజరయ్యేందుకు అక్కడికి వెళ్లినప్పుడు నల్లజెండాలు చూపించారు.

ఈ ఉరి తర్వాత పంజాబ్‌లోని పలు చోట్ల సమావేశాలు జరిగాయి. ప్రజలు తమ రక్తంతో రాసి ప్రతీకారం తీర్చుకుంటామని ప్రమాణం చేశారు. రైతులు పన్నులు కట్టడం మానేశారు. భగత్ సింగ్ అతనికి దేవతలా మారాడు. అతని చిత్రాలు వేగంగా అమ్ముడవడం ప్రారంభించాయి. ఈ వీరుల వీర జీవిత చరిత్రలతో కూడిన పుస్తకాలు దేశవ్యాప్తంగా ప్రచురించడం ప్రారంభించారు. ప్రభుత్వం అతడిని తనకు చావు నీడగా భావించింది. ఫలితంగా ఈ చిత్రాలు మరియు పుస్తకాలు నిషేధించబడ్డాయి.ఈ వీరుల బలిదానంపై, భారత విప్లవకారుల చరిత్ర ఒక అధ్యాయం ముగింపు.

ఇంతలో ఆజాద్ పాత్ర

భగత్ సింగ్ తదితరులను అరెస్టు చేసిన తర్వాత కూడా చంద్రశేఖర్ ఆజాద్ ఖాళీగా కూర్చోలేదు. దీని తర్వాత కూడా అతను ఏదో ఒకటి చేస్తూనే ఉన్నాడు. వైస్రాయ్ కారును బాంబుతో పేల్చివేయడానికి ప్రయత్నించడం కూడా దీనిని ధృవీకరిస్తుంది. దీంతో పాటు పండిట్ మోతీలాల్ నెహ్రూ, ఆయన కుమారుడు పండిట్ జవహర్‌లాల్ నెహ్రూలను కూడా కలిశారు. కాంగ్రెస్ సిద్ధాంతాలకూ, వారికీ మధ్య తేడాలున్నప్పటికీ, ఇద్దరి లక్ష్యాలు ఒకేలా ఉన్నాయి. నెహ్రూ కుటుంబంతో ఆయన సంబంధాలు సత్సంబంధాలు. ఈ కుటుంబం మరియు కాంగ్రెస్ సూత్రాల మధ్య వ్యత్యాసం ఉన్నప్పటికీ, రెండింటి లక్ష్యాలు ఒకే విధంగా ఉన్నాయి. నెహ్రూ కుటుంబంతో ఆయన సంబంధాలు సత్సంబంధాలు. ఈ కుటుంబం విప్లవకారులకు బహిరంగంగా మద్దతు ఇవ్వనప్పటికీ, ఇది ఖచ్చితంగా ఈ నాయకుల పట్ల సానుభూతి చూపింది. 1930లో అతను పరారీలో ఉన్న రోజుల్లో, అతను చెప్పాడు . భవన్, అలహాబాద్ వెళ్లారు. అక్కడ పండిట్ మోతీలాల్ నెహ్రూను కలిశారు. పండిట్ నెహ్రూ హింసా మార్గాన్ని విడిచిపెట్టమని సలహా ఇచ్చాడు, ఆజాద్ దానిని సున్నితంగా తిరస్కరించాడు. తనకు అహింసపై నమ్మకం లేదని, కాంగ్రెస్ అహింసా విధానం వల్ల బ్రిటీష్‌వారు భారత్‌ను విడిచిపెట్టి వెళ్లిపోతారని తాను భావించడం లేదన్నారు. బ్రిటిష్ వారిని తరిమికొట్టేందుకు హింస అవసరమని వారు భావించారు. దీని తరువాత, పండిట్ జవహర్‌లాల్ నెహ్రూ చాలా

ఆశ్చర్యపోయారు. ఈ విషయంలో జాగ్రత్తగా ఉండాలని ఆజాద్‌ను కోరాడు, కానీ ఆజాద్ ఇవన్నీ పట్టించుకోలేదు! బతికున్నంత కాలం పోలీసులు పట్టుకోలేరన్న మాట ఒక్కటే. ఈ రోజుల్లో, గాంధీ-ఇర్విన్ ఒప్పందం కోసం చర్చలు జరుగుతున్నాయి.

ఈ విషయంలో, ఈ ఒప్పందంలో తమ ప్రాణాలను పణంగా పెట్టే విప్లవకారుల కోసం ఏమి చేస్తారని ఆజాద్ నెహ్రూజీని అడిగారు. పండిట్ నెహ్రూ బహుశా దీనికి ఏ సమాధానం ఇవ్వలేకపోయారు, ఎందుకంటే ఈ ఒప్పందం తర్వాత కూడా ఈ హీరోలకు రక్షణ లేదని ఆయనకు తెలుసు. ఈ ఒప్పందంలో, గాంధీజీ ఇర్విన్‌తో మాట్లాడతారు మరియు అతను అతని సూత్రాలను ఎక్కువగా ఇష్టపడేవాడు, అయితే ఈ విప్లవకారులు రక్షించబడాలని నెహ్రూజీకి హృదయపూర్వక కోరిక ఉంది.

భగత్ సింగ్ మొదలైన వారిని ఉరితీసిన తరువాత, తన బాధను వ్యక్తం చేస్తూ ఇలా అన్నాడు- "భగత్ సింగ్ మరియు అతని సహచరుల చివరి రోజుల్లో నేను మౌనంగా ఉన్నాను, ఎందుకంటే నేను మాట్లాడినట్లయితే మరణశిక్షను రద్దు చేసే అవకాశం పోతుందని నాకు తెలుసు. ఉడుకుతున్నట్లు అనిపించినప్పటికీ నేను మౌనంగా ఉన్నాను. మనమందరం కలిసి మనం ఆయనను రక్షించవద్దు, ఆయన మనకు ఎంతో ప్రియమైన మరియు అతని గొప్ప త్యాగం మరియు ధైర్యసాహసాలు భారతదేశ యువతకు స్ఫూర్తిగా నిలిచాయి, మన నిస్సహాయతకు దేశంలో విచారం ఉంటుంది, కానీ అదే సమయంలో, మన దేశం ఈ స్వర్గానికి నివాళులు అర్పిస్తుంది ఆత్మ. మేము గర్విస్తున్నాము మరియు ఇంగ్లాండ్ మాతో రాజీ గురించి మాట్లాడినప్పుడు, భగత్ సింగ్ మృతదేహాన్ని మనం మరచిపోకూడదు."

విప్లవకారుల పట్ల నెహ్రూజీకి ఉన్న సానుభూతి కారణంగా, లాహోర్ సంఘటన యొక్క ఇన్ఫార్మర్లలో ఒకరైన కైలాసపతి అతని పేరును కూడా ప్రస్తావించారు. ఈ విషయమై మన్మథనాథ్ గుప్తా ఇలా వ్రాశారు- "అతని జ్ఞాపకశక్తి అద్భుతం. తన ప్రకటనలో, అతను లాహోర్ నుండి కలకత్తా వరకు ఇరవై మంది పేర్లను తీసుకున్నాడు. అతను విప్లవకారుడిగా మారిన అదే ఉత్సాహంతో, అతను ఇన్ఫార్మర్ అయ్యాడు, అప్పుడు మరియు ఇప్పుడు ఎవరూ అతని గురించి ఆందోళన చెందలేదు. తన ప్రకటనలో అతను పండిట్ జవహర్‌లాల్‌ను కూడా గౌరవించాడు, అప్పుడు ఎవరు బతికి ఉండేవారు? నెహ్రూజీకి విప్లవకారుల పట్ల పూర్తి సానుభూతి ఉన్నప్పటికీ, అతను ఏమీ చేయలేకపోయాడు.

భగత్ సింగ్‌ను విడిపించడానికి ఆజాద్ చేసిన ప్రయత్నం

1930లో, కాంగ్రెస్ ఉద్యమం కూడా ఉధృతంగా ఉంది, అందుకే విప్లవ పార్టీ కూడా తన కార్యకలాపాలను ఉధృతం చేయాలని నిర్ణయించుకుంది. ఈ సమయంలో పార్టీలోని భగత్ సింగ్ వంటి చాలా మంది సభ్యులు జైలులో ఉన్నారు, కానీ ఆజాద్ మౌనంగా కూర్చోలేదు, ఈ సమయంలో అతను తన ప్రధాన సహచరుడు భగవతి చరణ్‌ను జైలు నుండి

విడిపించడానికి ఒక ప్రణాళికను రూపొందించాడు. పథకంలోని వివిధ అంశాలను ఆయన పరిశీలించారు. భగత్ సింగ్‌ను ఉరితీయాలని ప్రభుత్వం తలపెట్టింది. అలాంటి సమయంలో ఆయన జైలు నుంచి విడుదలై ఉంటే యావత్ ప్రపంచమంతా దుమారం రేగింది. దాన్ని అమలు చేయడం ద్వారా ఆజాద్ ప్రభుత్వ మూలాలను కదిలించాలన్నారు.

ఆజాద్ మరియు భగవతి చరణ్ ఈ ప్లాన్ గురించి చాలా రోజులు ఆలోచిస్తూనే ఉన్నారు, దీనికి ఎంత ప్రిపరేషన్ చేయాలి. ఆపరేషన్ సమయంలో కొంతమంది పోలీసులను మరియు పార్టీ సభ్యులను చంపడం అవసరం, దీనికి బాంబులు, పిస్టల్స్ మొదలైనవి కూడా అవసరం. ఇవేకాకుండా ఈ విషయాలన్నీ దాచిపెట్టేందుకు జైలుకు సమీపంలోని ఒకట్రెండు కార్లు, ఇల్లు అద్దెకు తీసుకోవాల్సి వచ్చింది. ఈ పథకంలో మహిళలను చేర్చాలా వద్దా అనే అంశాన్ని కూడా పరిశీలించారు. ప్లాన్ నిర్ణయించిన తర్వాత యశ్‌పాల్, సుఖ్‌దేవ్‌రాజ్, ధన్వంతరి తదితరులకు కూడా చెప్పడంతో ఈ ప్లాన్‌లో దుర్గాదేవి, సుశీలాదీదీల సహకారం తీసుకోవాలని నిర్ణయించారు. లాహోర్‌లోని బహవల్‌పూర్ రోడ్‌లో ఒక ఇంటిని అద్దెకు తీసుకున్నారు. ఇక్కడ ఎవరు జీవిస్తున్నారనే విషయంలో ఎవరికీ ఎలాంటి సందేహం ఉండకూడదు.

ఇందుకోసం ఇద్దరు మహిళా సభ్యులు అక్కడే నివాసం ప్రారంభించారు. అందరూ ఒక కుటుంబం ఇక్కడ నివసిస్తోందని ఇరుగుపొరుగు వారు భావించారు. దీనికోసం 1930 జూన్ 1వ తేదీ ఆదివారంగా నిర్ణయించబడింది. భగత్ సింగ్ మరియు బతుకేశ్వర్ దత్ లాహోర్ సెంట్రల్ జైలులో ఉన్నారు మరియు లాహోర్ కేసులో ఇతర నిందితులు బోర్స్టాల్ జైలులో ఉన్నారు. ఒకే ఒక కేసు ఉన్నందున, ఈ కేసులోని నిందితులందరికీ ఆదివారం వారానికి ఒకసారి సమావేశమయ్యే అవకాశం ఇవ్వడానికి ప్రభుత్వం అంగీకరించింది, తద్వారా వారు తమలో తాము సంప్రదింపులు జరుపుకోవచ్చు. ఆ రోజు, భగత్ సింగ్ మరియు దత్‌లను పోలీసులు సెంట్రల్ జైలు నుండి బోర్స్టాల్ జైలుకు రోజుకు తీసుకెళ్లాలి.

పోలీసులు భగత్‌సింగ్, బతుకేశ్వర్ దత్‌లను జైలు ద్వారం నుంచి రోడ్డుపై కొంత దూరంలో నిలిపి ఉన్న మోటారు వాహనంలో కూర్చొబెట్టేందుకు తీసుకెళ్లినప్పుడు పోలీసులపై బాంబులు, రివాల్వర్‌లతో దాడి చేయాలని, వారి వాహనం కుడివైపు సిద్ధంగా ఉంచాలని నిర్ణయించారు. స్థలం, వెళ్ళు విప్లవకారులకు మరియు పోలీసులకు మధ్య ఘర్షణ జరిగినప్పుడు, భగత్ సింగ్ మరియు బతుకేశ్వర్ దత్ ఈ కారులో కూర్చోవాలి మరియు డ్రైవర్ వారిని తీసుకువెళతాడు. పోలీసులపై దాడి చేసేందుకు విప్లవకారుల రెండు గ్రూపులు ఏర్పడ్డాయి. భగవతి చరణ్ నేతృత్వంలో ఒక బృందం బాంబులతో దాడి చేస్తుంది. పోలీసులను వెంబడించకుండా అడ్డుకునేందుకు మరో వర్గం రివాల్వర్లను ఉపయోగించింది. దాని నాయకుడు చంద్రశేఖర్ ఆజాద్.

ఈ పథకం కోసం భగత్ సింగ్‌ను కూడా సంప్రదించారు. సెంట్రల్ జైలుతో పోలిస్తే బోర్స్టాల్ జైలులో పోలీసు భద్రతా ఏర్పాట్లు తక్కువగా ఉన్నాయి. అందువల్ల, బోర్స్టాల్ జైలు వెలుపల పోలీసులపై దాడి చేస్తే బాగుంటుందని భగత్ సింగ్ ఆలోచన, కానీ బోర్స్టాల్ జైలు ప్రధాన

రహదారికి కొంత దూరంలో ఉంది, అందుకే భగత్ సింగ్ మరియు బతుకేశ్వర్ దత్ కారు ఎక్కే సమయానికి, పోలీసులు సెంట్రల్ జైలు కూడా ఇక్కడికి చేరుకోగలదు మరియు అతను మళ్లీ రెండోసారి అతనిని ఎదుర్కోవలసి ఉంటుంది. చివరకు సెంట్రల్ జైలు బయటే దాడికి ప్లాన్ చేశారు. ప్లాన్ ఎక్సైటింగ్‌గా ఉంది. రెండు వైపుల నుండి కొంతమంది చనిపోతారని ఖచ్చితంగా చెప్పవచ్చు, కానీ విప్లవకారులకు మరణ భయం లేదు. అందుకు తమ శాయశక్తులా ప్రయత్నించారు. ఈ విషయాన్ని భగత్ సింగ్, దత్‌లకు కూడా తెలియజేశారు.

భగవతి చరణ్ మరణం

ఈ ప్లాన్ కోసం బాంబులు తయారు చేయబడ్డాయి, కాబట్టి భగవతి చరణ్ వాటి ఉపయోగాన్ని చూసేందుకు ముందుగానే పరీక్షించాలని అనుకున్నాడు. ఈ పరీక్ష కోసం, మే 28, 1930 న, అతను ఇద్దరు విప్లవకారులు సుఖ్‌దేవ్‌రాజ్ మరియు బచ్చన్‌లతో కలిసి రవి ఒడ్డుకు చేరుకుని, రవిని దాటి అడవిలోకి వెళ్ళాడు. ఇక్కడ ఇతర విప్లవకారులు బహవల్పూర్ రోడ్‌లోని ఇంట్లో ఉన్నారు. ప్రణాళికను అమలు చేయడానికి రెండు రోజులు మాత్రమే మిగిలి ఉన్నాయి, కాబట్టి ఇక్కడ ఉన్న ప్రజలు ఆయుధాలను శుభ్రం చేయడం ప్రారంభించారు.

ఆజాద్ ప్రతి ఒక్కరికి వేర్వేరు పనులను అప్పగించారు, కాబట్టి ప్రతి ఒక్కరూ తమ స్వంత పనిని చేయడం ప్రారంభించారు. ఇంతలో గాయపడిన సుఖ్‌దేవ్‌రాజ్ గుర్రపు బండిలో వస్తూ కనిపించాడు. అతను నొప్పితో మూలుగుతున్నాడు, అధిక రక్తస్రావం కారణంగా ఎర్రగా మారిన అతని కాలికి గుడ్డ కట్టు కట్టబడింది. అతన్ని క్యారేజీ నుంచి దించి లోపలికి తీసుకెళ్లారు. బాంబును పరీక్షించే సమయంలో భగవతి చరణ్ చేతిలో బాంబు పేలిందని, దీంతో అతని చేయి ఊడిపోయిందని వారికి తెలిసింది. దీంతో సుఖ్‌దేవ్‌రాజ్ కాలికి తీవ్ర గాయాలయ్యాయి. భాగమతి చరణ్ పరిస్థితి చాలా విషమంగా ఉంది. అతను సుఖ్‌దేవ్‌ను ఇక్కడికి పంపాడు, దీని గురించి ఇతర సభ్యులకు తెలియజేయడానికి. ఈ సంఘటనను వీరేంద్ర వివరిస్తూ

వ్రాస్తూ- "సుఖ్‌దేవ్‌రాజ్ వారిని విడిచిపెట్టడానికి ఇష్టపడలేదు.

కానీ భగవతి చరణ్ అతనితో, 'పారిపోవాలనే ఆశ లేదు. చాలా రక్తం పోయింది, నేను ఇప్పుడు తప్పించుకోలేను. అలాగే మీరు నన్ను బహావల్‌పూర్ రోడ్డుకు తీసుకెళ్లలేరు. నాకు కూడా ఇది వద్దు. . ఈ స్థితిలో వెళ్లడం ద్వారా ఎవరైనా అనుమానించవచ్చు మరియు ఇది నా ఇతర సహచరులకు కొంత ఇబ్బంది కలిగించవచ్చు. కాబట్టి ఇప్పుడు నన్ను ఇక్కడ వదిలివేయండి మరియు మీరు వెళ్లి మిగిలిన సహచరులను హెచ్చరించండి! ఇప్పుడు నా గురించి చింతించకండి. ఏమైనా జరుగుతుంది. చూడవచ్చు."

ఈ సంఘటన వార్త తెలియగానే గుంపులోని ప్రతి ఒక్కరూ చాలా బాధపడ్డారు. విప్లవకారులకు చావు భయం లేకపోయినప్పటికీ, భగత్‌సింగ్‌ను విముక్తి చేస్తున్నప్పుడు వారు చంపబడి ఉంటే, అది ఎవరూ అంతగా బాధపడరు; అతను ఇలా చనిపోతాడని ఎవరూ ఊహించలేదు. అతను ఇంకా బతికే ఉంటాడో లేదో ఎవరూ ఏమీ చెప్పలేకపోయారు. దీంతో వారిని అక్కడి నుంచి తీసుకొచ్చేందుకు యశ్‌పాల్ మరో ఇద్దరు ముగ్గురు యువకులతో కలిసి అక్కడికి వెళ్లాడు. అతని పరిస్థితి చాలా విషమంగా ఉంది. మరణం చాలా దగ్గరగా ఉంది, అతను కొన్ని గంటలు అతిథిగా ఉన్నాడు. అతని చివరి కోరిక ఏమిటంటే, ఆజాద్ మరణానికి ముందు చూడాలని; దీనితో పాటు, భగత్ సింగ్‌ను జైలు నుండి విడుదల చేయాలనే ప్లాన్‌ను ఆపవద్దని, ఈ ప్రణాళికలో పాల్గొనలేకపోయినందుకు తన జీవితంలో చివరి క్షణాల వరకు చాలా బాధపడ్డానని యశ్‌పాల్‌కు చెప్పాడు.

అతను నొప్పితో బాధపడుతున్నాడు. ప్రతి క్షణం అతని పరిస్థితి విషమంగా ఉంది. అందువల్ల, అతనిని చేతులు లేదా భుజాలపై ఎత్తుకుని అక్కడి నుండి తీసుకెళ్లడం సాధ్యం కాదు. యశ్పాల్ తన సహచరుడిని అక్కడ ఉంచి నగరం వైపు వెళ్ళాడు, తద్వారా స్ట్రెచర్ లేదా మంచం కోసం ఏర్పాట్లు చేయవచ్చు మరియు వీలైతే, ఒక వైద్యుడిని కూడా తీసుకురావచ్చు, కానీ అతను వెళ్లిన కొద్దిసేపటికే, భగవతి చరణ్ కూడా ఈ లోకం నుండి వెళ్లిపోయాడు. ..

యశ్‌పాల్ మంచం, బెడ్‌షీట్లు మరియు మందులతో అర్ధరాత్రి అక్కడికి తిరిగి వచ్చేసరికి, భగవతి పాదాల స్థానంలో అతని మృతదేహం మాత్రమే పడి ఉంది. అతను అక్కడ వదిలి వెళ్ళిన అతని సహచరుడు కూడా భయంతో పారిపోయాడు. ఇది యశ్‌పాల్‌కు తీవ్ర నిరాశను మరియు తీవ్ర విచారాన్ని కలిగించింది. మృతదేహాన్ని షీట్‌లో చుట్టి ఉంచారు. అతడిని అక్కడ ఒంటరిగా వదిలిపెట్టి, యశ్‌పాల్ తన స్నేహితులను పరామర్శించేందుకు నివాసానికి తిరిగి వచ్చాడు. ఇక్కడ ఈ వార్త తెలియగానే అందరూ దుఃఖసాగరంలో మునిగిపోయారు.

ఉదయం ఆజాద్, యశ్‌పాల్, మరో ఇద్దరు ముగ్గురు స్నేహితులు అక్కడికి వెళ్లేందుకు సిద్ధమయ్యారు. భగవతి చరణ్ భార్య దుర్గాదేవి కూడా వెళ్లాలనుకుంది, అయితే సైకిల్‌పై మహిళలను అలాంటి ప్రదేశానికి తీసుకెళ్లినా ప్రమాదం నుంచి బయటపడలేదు. భర్త దోచుకున్న తర్వాత ఆ పేద అమ్మాయి ఈ ఇంట్లో ఏడవలేకపోయింది. ఈ సందర్భంగా చంద్రశేఖర్ ఆజాద్ ఆయనకు లేఖ రాశారు. మరియు మా గౌరవం మీ చేతుల్లో ఉంది. నేను మీ భావాలను అర్థం చేసుకున్నాను

నేను చేయగలను, కానీ మీరిద్దరూ ఈ పార్టీకి హాజరైన రోజు మీరు మరియు భగవతీ భాయ్ మీ భావాలను మీ కాళ్ళ క్రింద తొక్కించారు. ఇంతకు ముందు నువ్వు ఇంత త్యాగం చేసి ఉంటే ఇంకేమైనా చెయ్యి."

అందుకే, దుర్గావతి తన భర్త చివరి చూపు కూడా పొందలేకపోయింది. భగవతి చరణ్ మృతదేహాన్ని శ్మశాన వాటికకు తీసుకెళ్లడం అన్ని విధాలా కష్టతరంగా ఉండడంతో ఆజాద్, యశ్‌పాల్ మృతదేహాన్ని పడి ఉన్న చోటికి వెళ్లి పాతిపెట్టారు. మొదటిది, అడవిలో ఉన్న ఈ ప్రదేశానికి ఏ వాహనం చేరుకోలేదు, రెండవది, ఇలా తీసుకెళితే, ఈ విషయం పోలీసులకు తెలిస్తే అందరూ తీవ్ర ఇబ్బందులు పడేవారు. ఈ వివరణ శ్రీ వీరేంద్ర రచించిన 'ఆ విప్లవ దినాలు' పుస్తకం ఆధారంగా రూపొందించబడింది. శ్రీ మన్మథనాథ్ గుప్తా భగవతి చరణ్ మరణాన్ని వేరే విధంగా వర్ణించారు. శ్రీ గుప్తా ప్రకారం, ఈ ప్రమాదంలో భగవతి చరణ్ పేగులు బయటపడ్డాయి. ఆయన మాటల్లోనే- "విప్లవ చరిత్రలో భగవతి చరణ్ మరణం ఒక బాధాకరమైన ఘట్టం.

దానికి సంబంధించి అనేక రకాల విషయాలు వినిపిస్తున్నాయి. ఏది తెలిసినా 1930 మే 28న సాయంత్రం 4:30 గంటలకు భగవతీ చరణ్‌ని హత్య చేయడం వివాదాస్పదమైంది. ఒక బాంబు.ప్రయోగం చేయడానికి రవి ఒడ్డుకు వెళ్ళాడు.అక్కడ హఠాత్తుగా బాంబు పేలింది మరియు భగవతి చరణ్ తీవ్రంగా గాయపడ్డాడు, గాయం కారణంగా, అతని పేగులన్నీ బయటకు వచ్చాయని, అయినప్పటికీ అతను జట్టుపై మక్కువ పెంచుకున్నాడు. చివరి క్షణం వరకు, ఆ ముగ్గురు -నాలుగు గంటలపాటు బతికిపోయారు, కానీ కొన్ని పరిస్థితులు తలెత్తాయి లేదా సృష్టించబడ్డాయి, దీని కారణంగా అతనికి వైద్య సహాయం అందించలేకపోయింది. నిస్సందేహంగా, భగవతి చరణ్ మరణం విప్లవ పార్టీకి మరియు భగత్ సింగ్ విముక్తి ప్రణాళికకు భారీ దెబ్బ.

ప్రణాళిక వైఫల్యం

భాగమతి చరణ్ మరణం టీమ్‌కి భారీ దెబ్బ తగిలినా, ఇంకా ప్లాన్ పూర్తి చేయాల్సి వచ్చింది. ఈ శోక వాతావరణంలో ఒక వింత నిర్జనమైపోయింది. ఎవరూ అర్థం చేసుకోలేరు . ఈ నిర్జనాన్ని ఎలా ఛేదించాలా అని ఆలోచిస్తున్నారు. దుర్గావతి పరిస్థితి చాలా విచిత్రంగా ఉంది; ఆమె ఏడవలేదు, మాట్లాడలేకపోయింది. అందుకే పార్టీ అధినేత కావడంతో ఆజాద్ ఇందులో చొరవ తీసుకోవాల్సి వచ్చింది. భగవతి చరణ్, భగత్ సింగ్ చివరి కోరిక ప్రకారం అతను దుర్గాదేవికి చెప్పాడు. అతన్ని విడిపించడం అవసరం. దీనిపై వీరాంగన దుర్గ చెప్పింది - "అన్నయ్యా! నువ్వు ఈ పని చేయవలసి వస్తే అతని స్థానంలో నేను నీతో పాటు వెళ్తాను."

దుర్గ చెప్పిన ఈ మాటలకు అందరూ సంతోషించారు, కానీ దుర్గ ఒడిలో నాలుగేళ్ళ పాప ఉంది మరియు ఈ పథకంలోకి వెళ్లడం అంటే ఒకరి ప్రాణాలను పణంగా పెట్టడం, అందుకే అతను చనిపోతే, ఆ పిల్లవాడు పూర్తిగా అనాథగా మారాడు. ఇదంతా చూసిన మరో మహిళ సుశీల.. ఆమె స్థానంలోకి వెళ్లాలనే కోరికను వ్యక్తం చేసింది. ఆజాద్ వారిద్దరి మాటలు విని, పార్టీ నాయకుడిగా, వారిని ఆదేశించాడు -

"ఇది ఆడవాళ్ళ పని కాదు. మీరిద్దరూ వెళ్ళరు, ప్రస్తుతం మీరు చేస్తున్నది ఏమీ తక్కువ కాదు. ఇప్పుడు మేము వెళ్లి విధిని పరీక్షిస్తాను." అందుకే, జూన్ 1, 1930న ముందుగా నిర్ణయించిన సమయానికి ఆజాద్, యశ్‌పాల్, వైశంపాయన్ మరియు ఇద్దరు-ముగ్గురు యువ సభ్యులు తమ లక్ష్యం దిశగా బయలుదేరి సెంట్రల్ చేరుకున్నారు. జైలు దగ్గరకు చేరుకున్నారు. అందరూ పూర్తిగా సిద్ధమై ప్రణాళిక ప్రకారం వారి వారి స్థానాల్లో నిలబడ్డారు. దీని గురించి భగత్ సింగ్ మరియు దత్‌లకు ఇప్పటికే సమాచారం అందించబడింది, కానీ ఈ ప్రణాళిక విజయవంతం కాలేదు.

ఈ ప్రణాళిక ఎందుకు విఫలమైందనే దానిపై తరచుగా రెండు అభిప్రాయాలు ఉన్నాయి. మొదటి సిద్ధాంతం ప్రకారం, ఈ సంఘటనకు ముందు, ఈ ఇద్దరు ఖైదీలను తీసుకువెళుతున్న పోలీసు వాహనం జైలు గేటుకు కొంత దూరంలో రోడ్డుపై ఆపి ఉంది. ఖైదీలు జైలు గేటు నుండి కాలినడకన వెళ్లవలసి ఉంటుంది, అయితే ఈ రోజు వాహనాన్ని జైలు గేట్‌కు అతి సమీపంలో పార్క్ చేసి, అక్కడి నుండి ఖైదీలను తీసుకువెళ్లడం ప్రారంభించారు. చంద్రశేఖర్ ఆజాద్ తదితరులు చూస్తూనే ఉన్నారు.

రెండవ అభిప్రాయం దీనికి భిన్నంగా ఉంది. ఈ అభిప్రాయం ప్రకారం, భగత్ సింగ్ చివరి క్షణంలో జైలు నుండి తప్పించుకునే ఆలోచనను మార్చుకున్నాడు. శ్రీ వీరేంద్ర వర్ణన అందించబడుతోంది- “భగత్ సింగ్ మరియు దత్ బయటకు వచ్చినప్పుడు, వైశంపాయన్ వేణువు వాయిస్తారని, ప్రతిస్పందనగా భగత్ సింగ్ తన తలని గీసుకుంటాడని కూడా ఈ ప్రణాళికలో భాగమే. అంటే అతను కూడా సిద్ధంగా ఉన్నాడని అర్థం. దీని తర్వాత కార్యకలాపాలు ప్రారంభమవుతాయి. కానీ భగత్ సింగ్ ఎందుకు సిగ్నల్ ఇవ్వలేదో తెలీదు.. జైలు నుంచి బయటకు వెళ్లగానే అతనూ, దత్ తో కలిసి ఖైదీలను తీసుకువెళుతున్న కారులో కూర్చోబెట్టడంతో పోలీసులు వారిని అక్కడి నుంచి తీసుకువెళ్లారు.. ఆజాద్, అతని స్నేహితులు అక్కడే నిలబడి చూస్తున్నారు. ఏమి జరిగిందో వారికి అర్థం కాలేదు. వారు నిరాశతో తిరిగి వచ్చారు.”

కొంత కాలం తర్వాత భగత్‌సింగ్‌ని ఇదంతా ఎందుకు చేశావని అడిగితే.. భగవతి చరణ్ చనిపోయిన తర్వాత తనకు బతకాలనే కోరిక లేదని బదులిచ్చారు. ఈ ప్రయత్నంలో పార్టీ చిట్టచివరి గుర్తు ఆజాద్‌ను కూడా చంపాలని ఆయన కోరుకోలేదు. ఆజాద్‌ను తొలగించడం ద్వారా భగత్ సింగ్ స్వాతంత్ర్యం పొందాలనుకోలేదు. అందుకే జైలు నుంచి బయటకు రాగానే అక్కడ నిలబడి ఉన్న తన సహచరులను చూశాడు. అయినప్పటికీ అతను ఈ చర్యకు సిద్ధంగా లేడు. ఇందులో ఎంత మంది చనిపోతారో ఎవరికి తెలుసు.

సందేహం యొక్క క్షణాలు

ఈ పథకం విఫలమైనందుకు ఆజాద్ తీవ్ర మనస్తాపానికి గురయ్యారు. బహావల్‌పూర్ రోడ్డులోని తన ఇంటికి వెళ్లగా, ఎవరితోనూ ఏమీ మాట్లాడకుండా ఓ గదిలోకి వెళ్లాడు.

ఆజాద్‌కు అత్యంత నమ్మకస్తుడు భగత్ సింగ్, అతని తర్వాత భగవతి చరణ్ బోహ్రా వచ్చారు. భగవతి చరణ్ ఇప్పటికే ఈ లోకాన్ని విడిచిపెట్టాడు మరియు భగత్ సింగ్ కోసం కూడా ఉరి వేయడానికి ఉరి సిద్ధంగా ఉంది. వీటన్నింటి గురించి ఆలోచిస్తూ, ఆజాద్ చాలా గంటలపాటు గదిలో బంధించబడ్డాడు. ఇది చాలా విచిత్రమైన పరిస్థితి.

ఒక వైపు, నా ప్రియమైన స్నేహితుడు జైలు పాలయ్యాడు; అతనిని ఉరి తీయడానికి న్యాయ నాటకం నడుస్తోంది, దీనితో పాటు, దివంగత స్నేహితురాలు భగవతీ భాయ్ చివరి కోరిక భగత్ సింగ్‌ను విడిపించాలి. దురదృష్టవశాత్తు మొత్తం ప్రణాళిక విఫలమైంది. ఏమి ఉంటే; ఏమి కాదు? అనే ప్రశ్న ముందుంది. అంతిమంగా, అన్ని సందేహాలను అధిగమించిన తర్వాత, ఆజాద్ భగత్ సింగ్ విముక్తి కోసం మరోసారి ప్రయత్నించాలని నిర్ణయించుకున్నాడు. అతనికి, పరిస్థితుల ముందు లొంగిపోవడం పిరికితనం.

ఆజాద్ గట్టి నిర్ణయం తీసుకున్న తర్వాత నిద్రలోకి వెళ్లిపోయాడు, కానీ ఈ సమయంలో విధి అతనికి వ్యతిరేకంగా మారినట్లు అనిపించింది. రాత్రి ఇంట్లో ఉంచిన బాంబు ఒకటి ఆకస్మికంగా పేలింది. దాని పేలుడుతో అందరూ నిద్ర లేచారు, తలుపులు మరియు కిటికీలు అన్నీ కదిలాయి. ఆజాద్ ప్రతి ఒక్కరూ తమ చేతికి ఏ వస్తువు వచ్చినా వెంటనే పారిపోవాలని ఆదేశించారు. పోలీసులు వచ్చే అవకాశం ఉంది, ఇది పరిస్థితిని అనూహ్యమైనదిగా మార్చగలదు, కానీ సమూహంలోని మహిళలను ఇంత త్వరగా ఎక్కడికి పంపాలనేది కూడా తీవ్ర సమస్యగా మారింది. ఈ ఇంటి పక్కనే ఓ ఇంజనీర్ ఉండేవాడు. బాంబు పేలుడు గురించి పోలీసులకు తెలియజేయడానికి యశ్పాల్ అటువంటి విపత్తును నివారించడానికి అతని వద్దకు వెళ్లాడు. అతను తన మొత్తం కథను ఇంజనీర్‌కు చెప్పాడు మరియు పేలుడు గురించి కనీసం అరగంట పాటు పోలీసులకు తెలియజేయవద్దని అభ్యర్థించాడు. ఇంతలో విప్లవకారులంతా అక్కడి నుంచి వెళ్లిపోతారు, అప్పుడే పోలీసులకు సమాచారం అందించాలి. విప్లవకారుల మనోభావాలను గౌరవిస్తూ, ఇంజనీర్ అతని అభ్యర్థనను అంగీకరించాడు. కాబట్టి విప్లవకారులందరూ ఈలోగా సురక్షితంగా బయటపడ్డారు.

గాయపడిన సుఖ్‌దేవ్‌రాజ్‌ను ఏ ఆసుపత్రిలో చేర్చడం సాధ్యం కాలేదు. ధన్వంతరి దీనికి పరిష్కారం కూడా కనుగొన్నాడు. లాహోర్‌లోని దయానంద్ ఆయుర్వేద కళాశాల ప్రిన్సిపాల్ డాక్టర్ అసానంద్ జాతీయ భావాలు కలిగిన వ్యక్తి. ధన్వంతరి ఒకప్పుడు అతని విద్యార్థి. సుఖ్‌దేవ్‌రాజ్‌ని తన ఇంటి వద్దే ఉంచుకుని అతని చికిత్స బాధ్యతను డాక్టర్ అసానంద్ తీసుకున్నారు. సుఖ్‌దేవ్‌రాజ్ కాలికి ఆపరేషన్ చేశాడు. అతని చికిత్స కారణంగా సుఖ్‌దేవ్‌రాజ్ కాలు త్వరగా నయమైంది. దీని తర్వాత అతన్ని అమృత్‌సర్‌కు పంపారు.

ఈ విధంగా, నిరంతర వైఫల్యాల తర్వాత, ఆజాద్ ముందు ఉన్న మొదటి ప్రశ్న పార్టీని పునర్వ్యవస్థీకరించడం. ఇందుకోసం డబ్బు అవసరం అయింది. డబ్బు నిర్వహణ కోసం

లాహోర్ నుంచి బయలుదేరి ఢిల్లీ చేరుకున్నారు. ఈ సమయంలోనే అతను గతంలో వివరించిన గడోడియా స్టోర్ దోపిడీకి పాల్పడ్డాడు. సభ్యులు వివాదాలను కలిగి ఉండడాన్ని పార్టీ వ్యతిరేకించనప్పటికీ, క్రియాశీల విప్లవకారులు ఇప్పటికీ బ్రహ్మచారిగా ఉండాలని భావిస్తున్నారు. ఎవరైనా పెళ్లి చేసుకోవాలనుకుంటే పార్టీ అనుమతి తీసుకోవాల్సి ఉంటుంది. గడోడియా స్టోర్ దోపిడీ తర్వాత, బృందం ఢిల్లీలో ఫ్యాక్టరీని తెరిచింది. స్పష్టంగా ఇది సబ్బు మరియు నూనెను తయారు చేసే కర్మాగారం, కానీ అది బాంబుల తయారీలో ఉపయోగించే పిక్క్ యాసిడ్‌ను ఉత్పత్తి చేసింది.

ఈ కర్మాగారాన్ని మిస్టర్ ఆగేయ నిర్వహించేవారు. ఆగేయ, కైలాసపతి, విమలప్రసాద్ జైన్, అతని భార్య, యశ్పాల్ మరియు ప్రకాశవతి కూడా ఇక్కడ నివసించారు. యశ్పాల్ మరియు ప్రకాష్వతి మధ్య సంబంధం చాలా సన్నిహితంగా మారింది. ఇద్దరూ కలిసి జీవిస్తున్నట్లు కనిపించారు. ఇది పార్టీ నిబంధనలకు విరుద్ధం. దీంతో యశ్‌పాల్‌ను కాల్చిచంపాలని టీమ్ నిర్ణయించింది. ఈ పని వీరభద్ర తివారీకి అప్పగించబడింది. యశ్‌పాల్‌ను కాల్చిచంపడానికి బదులుగా, తివారీ యశ్‌పాల్‌కి ఈ విషయం చెప్పాడు. చేతిలో రివాల్వర్‌తో ఫ్యాక్టరీకి వెళ్లిన యశ్‌పాల్ ప్రకాశవతిని హత్య చేశాడు. లాహోర్ తీసుకెళ్లారు.

ఆ తర్వాత యశ్‌పాల్ ప్రకాశవతిని పెళ్లాడాడు. అనంతరం ఆజాద్‌ను కలిశారు. ఆజాద్ మరియు యశ్‌పాల్ మధ్య విభేదాలు పరిష్కరించబడినప్పటికీ, పార్టీ క్రమశిక్షణను ఉల్లంఘించిన కారణంగా, వీరభద్ర తివారీని పార్టీ నుండి బహిష్కరించారు మరియు ఈ ఫ్యాక్టరీ కూడా మూసివేయబడింది. యశ్‌పాల్‌పై ఈ కఠిన నిర్ణయం తీసుకోవడానికి కారణం పార్టీ క్రమశిక్షణే కాదు, ప్రకాశవతిని యశ్‌పాల్ దూరం పెట్టడమే. అతని తల్లిదండ్రులు తీసుకున్న చర్య పార్టీకి ప్రాణాంతకంగా మారవచ్చు. ఈ విధంగా, చాలా మంది సభ్యులు అనుబంధంలో ఇరుక్కుని పార్టీకి నష్టం కలిగించారు.

VIII అధ్యాయం

బలిదానం

భగత్ సింగ్, రాజ్‌గురు మరియు సుఖ్‌దేవ్‌లకు మరణశిక్ష విధించగా, చంద్రశేఖర్ ఆజాద్‌ను పరారీలో ఉన్న నేరస్థుడిగా ప్రకటించారు. పరారీలో ఉన్న ఈ రోజుల్లో పోలీసుల కళ్లలో దుమ్ము రేపుతూ ఒక చోట నుంచి మరో చోటికి తిరుగుతున్నాడు. పోలీసులు వారిని వెంటడించారు; అతని ఇన్‌ఫార్మర్లు చాలా మంది పారితోషికం కోసం అత్యాశతో తిరుగుతున్నారు. చిన్న అనుమానం వచ్చినా పోలీసులు వెతికినా వెనుకాడరు కానీ, ఇలాంటి పరిస్థితుల్లో మళ్లీ పార్టీని ఎలా బలోపేతం చేస్తారనేది ఆజాద్‌కు ఒక్కటే ప్రశ్న. బహుశా తన కోరిక తీర్చుకోవడానికి దక్షిణ భారతదేశానికి వెళ్లాలని ఆలోచిస్తున్నారట.

ఈ ఆలోచనను కార్యరూపం దాల్చేందుకు అలహాబాద్ చేరుకున్నాడు. చివరకు ఫిబ్రవరి 27, 1931 ఆ అశుభ దినం కూడా వచ్చింది. ఆజాద్ తన స్నేహితుడు సుఖ్‌దేవ్‌రాజ్‌తో కలిసి ఆల్‌ఫ్రెడ్ పార్క్‌లో కూర్చున్నాడు. ఉదయం పది గంటలైంది. ఆల్‌ఫ్రెడ్ పార్క్‌లో అతని ఉనికి గురించి బహుశా ఎవరో దేశద్రోహి పోలీసులకు సమాచారం అందించి ఉండవచ్చు. ఇంతలో, సమాచారం యొక్క వాస్తవికతను తెలుసుకోవడానికి ఇద్దరు పోలీసు అధికారులు అక్కడికి వచ్చారు, వీరి పేర్లు విశేషర్ సింగ్ మరియు దాల్‌చంద్. దాల్‌చంద్‌కి చంద్రశేఖర్ ఆజాద్ తెలుసు. అతను దూరం నుండి వారిని చూసి గుర్తించాడు. దీని తరువాత, వారిద్దరూ తిరిగి వచ్చి వెంటనే డిటెక్టివ్ సూపరింటెండెంట్ ఆఫ్ పోలీస్ నాట్ బవార్‌కు ఈ సమాచారాన్ని అందించారు. నాట్ బవార్ వెంటనే తన కారులో ఆల్‌ఫ్రెడ్ పార్క్‌కు చేరుకుని ఆజాద్‌కు 10 గజాల దూరంలో తన కారును పార్క్ చేశాడు. కారు దిగి ఆజాద్ వైపు కదిలాడు. ఆజాద్‌ను సజీవంగా పట్టుకోవాలని అనుకున్నాడు

అందుకే తన రివాల్వర్‌ని వారిపైకి గురిపెట్టి లొంగిపోవాలని హెచ్చరించాడు. ఆజాద్ దీన్ని ఎలా చేయగలడు? లేచి నిలబడ్డాడు. నాట్ వార్నింగ్‌కి చేతిలో ఉన్న రివాల్వర్‌తో స్పందించాడు. నూట్ బాయర్ కాల్పులు జరిపాడు. దీనిపై ఆజాద్ కూడా మండిపడ్డారు. గోరే బుల్లెట్ ఆజాద్ కాలికి, ఆజాద్ బుల్లెట్ గోర్ భుజానికి తగిలింది. ఆ తర్వాత ఇరువైపుల నుంచి బుల్లెట్లు దూసుకెళ్లాయి. బహుశా మరింత మంది పోలీసులు కూడా వచ్చారు. నట్ బాయర్

అతని మణికట్టుకు గాయమైంది. బుల్లెట్లు నిరంతరం కాల్చబడుతున్నాయి, కానీ అతని మణికట్టుకు గాయం అయిన తర్వాత, నట్ బోవర్ ఒక చెట్టులో కప్పుకున్నాడు.

ఆజాద్ పాకుతూ చెట్టు వెనుక దాక్కున్నాడు. అతని వద్ద తగినంత బుల్లెట్లు కూడా ఉన్నాయి. బుల్లెట్లు పేలడంతో అతడు తన స్నేహితుడు సుఖ్‌దేవ్‌రాజ్‌ను అక్కడి నుంచి వెళ్లగొట్టాడు. అతను వెళ్ళడానికి అస్సలు సిద్ధంగా లేకపోయినా, ఆజాద్ అతని మాట అస్సలు వినలేదు మరియు అతనిని బలవంతంగా అక్కడి నుండి తరిమికొట్టాడు. అందుకే, ఒంటరిగా పోలీసులపై బుల్లెట్లు పేల్చాడు. నాట్ బవార్ అజ్ఞాతంలోకి వెళ్లడంతో, అతని స్థానంలో పోలీసు అధికారి విశేషర్ సింగ్ తీసుకున్నారు. ఆజాద్ అతనిపై గురి పెట్టాడు, ఈ లక్ష్యం అతని దవడ విరిగింది. దీనికి విశేష్ సింగ్ భారీ మూల్యం చెల్లించుకోవాల్సి వచ్చింది. అతని దవడ ఎప్పుడూ నయం కాలేదు మరియు అతని సేవా పదవీకాలం ముగియకముందే అతను తన విధుల నుండి విముక్తి పొందాడు.

ఇరువైపుల నుంచి బుల్లెట్లు దూసుకురావడంతో కొంత సమయం పట్టింది. ఆజాద్ తన రివాల్వర్‌లో ఒక్క బుల్లెట్ మాత్రమే మిగిలి ఉండడం చూసి రివాల్వర్‌ని తన గుడిపైకి నొక్కి కాల్చాడని చెబుతున్నారు. ఆజాద్ గాఢ నిద్రలోకి జారుకున్నాడు. చనిపోయే సమయంలో కూడా ఆజాద్ అనే పేరును సార్థకం చేసుకున్నాడు, ఎందుకంటే "నేను స్వేచ్ఛగా ఉన్నాను మరియు స్వేచ్ఛగా ఉంటాను, నేను జీవించి ఉన్నప్పుడు పోలీసులు నన్ను ఎప్పటికీ అరెస్టు చేయలేరు."

అలాగే జరిగింది. అతని నిర్జీవమైన శరీరం నేలపై పడి ఉంది, దానిని తీయడానికి పోలీసులు ముందుకు కదిలారు, కానీ ఒక్కసారిగా అతనిని తాకే ధైర్యం ఎవరికీ లేదు; అన్నింటికంటే సింహం సింహం. కొంచెం ఊపిరి కూడా మిగిలి ఉంటే, చనిపోయేలోపు తనను తాకినవాడి పనిని పూర్తి చేసేవాడు. అందువల్ల, అతను నేలపై పడి ఉన్న మృతదేహాన్ని తాకడానికి ముందే, పోలీసులు అతని కాలుకు కాల్చి, ఆపై అతనిని తాకారు.

ఆజాద్‌ను చుట్టుముట్టిన వార్త తెలియగానే చాలా మంది ముయిర్ కాలేజీ ముందు చేరుకుని ఈ ఘటనను చూస్తూ అక్కడి నుంచి 'ఆజాద్ జిందాబాద్' అంటూ నినాదాలు చేశారు. ఆజాద్ నేలపై పడిన తర్వాతే పోలీసులు నినాదాల వైపు దృష్టి సారించారు, ఆపై నోట్ రివాల్వర్‌తో వారి వైపు పరుగెత్తాడు. దీనిపై ముయిర్ సెంట్రల్ కాలేజీ, ముస్లిం హాస్టల్ ప్రాంగణం వైపు పరుగులు తీశారు. ఈ సమయంలో అతను ఆజాద్ మృతదేహాన్ని తీసుకెళ్లడానికి తొందరపడ్డాడు, కాబట్టి అతను పెద్దగా నినాదాలు చేసేవారిని వెంబడించలేదు మరియు తిరిగి వచ్చాడు. దీని తరువాత, పోలీసులు ఆజాద్ మృతదేహాన్ని లారీలో తీసుకెళ్లారు మరియు పోలీసు కాల్పుల్లో ఆజాద్ మరణించినట్లు ప్రకటించారు.

ఆల్‌ఫ్రెడ్ పార్క్‌లో ఆజాద్ ఉన్నట్టు పోలీసులకు ఎవరు సమాచారం అందించారనే దానిపై రకరకాల అభిప్రాయాలు వ్యక్తమవుతున్నాయి. ఈ సమాచారం వీరభద్ర తివారీ అందించినట్లు కొన్ని పుస్తకాలలో వ్రాయబడింది మరియు కొంతమంది ప్రకారం, అలహాబాద్‌కు చెందిన సేఠ్ ఈ సమాచారం ఇచ్చాడు. శ్రీ మన్మథనాథ్ గుప్తా వీరభద్ర తివారీ తెలియజేసినట్లు స్పష్టంగా పేర్కొనలేదు, కానీ అతని ఆలోచనల నుండి ఈ అత్యాచారానికి పాల్పడింది వీరభద్రే అని చెప్పాలనుకుంటున్నట్లు తెలుస్తోంది. మిస్టర్ గుప్తా రాశారు-

"అది ఫిబ్రవరి 27, 1931. రోజు పది గంటలైంది.చంద్రశేఖర్ ఆజాద్ అలహాబాద్ చౌక్ నుంచి కత్రా వెళ్లే రోడ్డులో సుఖ్‌దేవ్‌రాజ్‌తో కలిసి తిరుగుతుండగా దారిలో ఒక్కసారిగా షాక్‌కు గురయ్యాడు. విషయం ఏమిటంటే అతను వీరభద్ర తివారీని చూశాడు. ఈ వీరభద్ర తివారీ కాకోరి కుట్రలో అరెస్టయ్యాడు, కానీ రహస్య కారణాల వల్ల విడుదలయ్యాడు. అప్పటి నుంచి కొంతమందికి అతనిపై అనుమానం వచ్చింది. కానీ వీరభద్రుడు చాలా అనుభవజ్ఞుడు మరియు మాట్లాడటంలో తెలివైనవాడు, అతని మాటలకు ప్రజలు ఆకర్షితులయ్యారు. అంతే కాదు పార్టీలో ప్రముఖ వ్యక్తిగా ఎదిగారు. బరాబర్ దళ్‌లో ఆయన వైఖరి ఏమిటంటే.. పోలీసులతో పాటు పార్టీని కూడా కలిసేవాడు.

ఆజాద్ చాలా ముక్కుసూటి వ్యక్తి మరియు అతను చాలా త్వరగా ఆమె ఉచ్చులో పడిపోయాడు. అయితే పలుమార్లు మోసపోయిన ఆమెను తన వద్ద ఉంచుకోకూడదని తుది నిర్ణయం తీసుకుంది. ఆ విధంగా తనను పార్టీ నుంచి బహిష్కరించిన విషయం వీరభద్రకు కూడా తెలుసు. అందుకే అలహాబాద్‌లో ఆజాద్ వీరభద్రుడిని చూడగానే అలర్ట్ అయ్యాడు. ఆజాద్, సుఖ్‌దేవ్‌రాజ్‌లు ఆల్‌ఫ్రెడ్ పార్క్‌లోని ఓ చోటికి వెళ్లి కూర్చున్నారు. ఇంతలో పోలీసు అధికారులు విశేషర్ సింగ్, దాల్ చంద్ అక్కడికి వచ్చారు.

వీరిలో దాల్‌చంద్ ఆజాద్ 'ఇండియాస్ త్రీ రివల్యూషనరీస్' రచయితలు శ్రీ యశ్పాల్ శర్మ మరియు శ్రీ యోగేంద్ర శర్మల ప్రకారం, ఈ సమాచారం ఆజాద్ యొక్క ధనిక స్నేహితుడు అందించారు. ఈ సమయంలో ఆజాద్ ప్రయాగ్‌లో ఉన్నారు, విప్లవ పార్టీ డబ్బు అతని వద్ద ఉంచబడింది. అతనికి ఒక ధనిక స్నేహితుడు ఉన్నాడు. విప్లవ పార్టీ డబ్బు అతని వద్ద డిపాజిట్ చేయబడింది. చంద్రశేఖర్ ఆజాద్ పార్టీని పునర్వ్యవస్థీకరించాలని యోచిస్తున్నారు. అందుకు అతనికి డబ్బు అవసరం. అతను తన స్నేహితుడు సేఠ్ వద్దకు వెళ్లి డబ్బు అడిగాడు. సేత్ ఉద్దేశాలు మారాయి. సేఠ్ వాటిని కాదనలేక ఒక సాకు చెప్పి ఒకటి రెండు రోజులు వాయిదా వేసాడు.

ఒకట్రెండు రోజుల్లో ఎక్కడి నుంచో డబ్బులు వస్తాయని చెప్పారు. డబ్బులు రాగానే వారికి ఇచ్చేస్తాడు. చంద్రశేఖర్ ఆజాద్ సేఠ్ యొక్క చెడు ఉద్దేశాలను గుర్తించలేకపోయాడు,

ఎందుకంటే అతని ప్రవర్తనలో తేడా కనిపించలేదు. అప్పుడప్పుడు డబ్బులు ఇవ్వడంలో ఒకటి రెండు రోజులు ఆలస్యం చేసేవాడు. ఆజాద్‌తో మాట్లాడుతున్నప్పుడు, "ఆజాద్ ఇప్పుడు ఎక్కడికి వెళ్తున్నావు? ఇక్కడే ఉండు" అన్నాడు సేఠ్. "లేదు, నేను ఇప్పుడే ఆల్ఫ్రెడ్ పార్క్‌కి వెళ్తున్నాను. కొంత పని ఉంది. రేపు వస్తాను. డబ్బు అరేంజ్‌మెంట్‌లో ఉంచండి."

ఇక్కడ ఆజాద్ ఇంటి నుంచి బయటకు వచ్చి, మరోవైపు సేఠ్ వెళ్లి పోలీసులకు సమాచారం అందించాడు. అది ఫిబ్రవరి 27, 1931. సూపరింటెండెంట్ వెంటనే మొత్తం నగర పోలీసులను సేకరించి ఆల్ఫ్రెడ్ పార్క్‌ను చుట్టుముట్టాలని ఆదేశించారు. చంద్రశేఖర్ ఆజాద్ తన స్నేహితుల్లో ఒకరితో మాట్లాడుతున్నాడు. దూరం నుంచి పోలీసులను చూశాడు. చుట్టుపక్కల చూసేసరికి చుట్టుపక్కల పోలీసులు గుమిగూడి ఉండడం కనిపించింది. శ్రీ వ్యతిత్-హృదయ తన 'చంద్రశేఖర్ ఆజాద్' పుస్తకంలో ఈ ఇద్దరి గురించి రాశారు.

సంఘటనలను కలిపి అందించారు – "ఆజాద్ దృష్టి ప్రయాగ వైపు వెళ్ళింది. అతను ఆలోచించడం ప్రారంభించాడు, ప్రయాగ్‌లోని ఒక వ్యాపారవేత్త విప్లవ పార్టీకి చెందిన ఎనిమిది వేల రూపాయలు డిపాజిట్ చేశాడు. ఎందుకు? మనం కూడా ప్రయాగకు వెళ్లి ఆ వ్యాపారి నుండి ఆ డబ్బును తిరిగి పొందకూడదు. విప్లవ పార్టీ సొమ్మును పార్టీ సంస్థాగతంగా వినియోగిస్తే బాగుంటుంది. అలాంటప్పుడు ఈరోజే ప్రయాగకు ఎందుకు బయలుదేరకూడదు? ఇప్పటికైనా ఈ పనిలో జాప్యం జరగకూడదు. అయితే ప్రయాగ వెళ్లే ముందు తివారీని ఒకసారి కలవాలి. ఈ సంక్షోభ సమయంలో తివారీ తప్ప మరెవరూ లేరు. ఈ విషయంలో ఆయన్ను కూడా సంప్రదించాలి. ఇలా ఆలోచిస్తూ ఆజాద్ లేచి తివారీని కలవడానికి అతని ఇంటి వైపు వెళ్ళాడు. వారు అతని ఇంటికి చేరుకుని, అతనిని పరామర్శించారు, వారి ప్రణాళిక మొత్తం అతనికి చెప్పారు. ఆ తర్వాత అదే రాత్రి ప్రయాగకు వెళ్లాడు.

ప్రయాగ చేరుకున్న తర్వాత, ఆజాద్ జుసీ సమీపంలోని అడవిని తన నివాసంగా చేసుకున్నాడు. రోజు గంగాస్నానం చేసి అదే అరణ్యంలో బ్రహ్మచారి వేషధారణలో నివసించేవాడు. అతను ఆ అడవిలో ఉంటూ జట్టు డబ్బు డిపాజిట్ చేసిన వ్యాపారవేత్తతో పరిచయం ఏర్పరచుకోవడానికి ప్రయత్నించాడు. ఆ వ్యాపారవేత్త ఎవరు? పేరు ఏమిటి? ఈ విషయంలో ఎక్కడా ప్రస్తావన లేదు. ఆ రోజుల్లో నేను విన్నదాని ప్రకారం, ఆ వ్యక్తి వ్యాపారవేత్త కాదు, అతను పెద్ద ప్రెస్ యజమాని మరియు రెండు వార్తాపత్రికలు కూడా ప్రచురించాడు. దేశభక్తి అనే వేషాన్ని ధరించాడు. ఆజాద్, భగత్ సింగ్ వంటి విప్లవకారులు ఆయన ఇంటికి వచ్చేవారు. ఆజాద్ ప్రయాగకు వెళ్ళినప్పుడు, తివారీ రెండుసార్లు జుసీని సందర్శించాడు. తన

వద్ద ఎనిమిది వేల రూపాయలు డిపాజిట్ చేసిన ప్రెస్ యజమానిని కూడా కలిశాడు. ఎలాగో ఇంటెలిజెన్స్ డిపార్ట్‌మెంట్ ఇన్‌స్పెక్టర్‌కి తివారీ, ఆజాద్‌ల మధ్య ఉన్న సంబంధం గురించి తెలిసింది. ఇన్ స్పెక్టర్ తివారీ చేరుకున్నాడు. అతని వలలో చిక్కుకుని – "నువ్వు ఆజాద్‌కి ఆప్తమిత్రుడని విన్నాను. ఈ రోజుల్లో ఆజాద్ ఎక్కడున్నాడో తెలుసా? పేదరికంతో జీవిస్తున్నావు. ఆజాద్ చిరునామా చెబితే, అప్పుడు మీరు పెద్ద పారితోషికం పొందండి." పదివేల రూపాయల బహుమతిని సులభంగా పొందవచ్చు."

తివారీ సున్నితంగా తిరస్కరించారు. ఆజాద్ గురించి నాకేమీ తెలియదన్నారు. తివారీ ఆజాద్‌కు సన్నిహిత మిత్రుడు, అతను విప్లవకారుడు కాదు. కానీ అతను అతనిని ఎక్కువగా నమ్మాడు. అతను కాన్పూర్‌లో ఉన్నప్పుడల్లా వెళితే తప్పకుండా ఆయన ఇంటికి వెళతాం. వారి కార్యకలాపాలన్నీ ఆయనకు తెలుసు. అతను ఎక్కడికి వెళ్తాడు? మీరు ఏమి చేస్తారు? ఈ విషయాలన్నీ ఆయనకు తెలుసు. తివారీ నిరాకరించడంతో ఇన్‌స్పెక్టర్ అతడిని వెంబడించాడు.

అతనికి వివరించి, "నీకు పదివేల రూపాయల పారితోషికం రావడమే కాదు, ప్రభుత్వం పింఛను కూడా ఇస్తుంది.. నువ్వు, నీ పిల్లలు సుఖంగా జీవిస్తారు.. వృద్ధాప్యం హాయిగా గడిచిపోతుంది.. ఆజాద్‌ని పట్టుకుంటే.. ఏదో ఒక రోజు తప్పకుండా వెళ్తాను, అలాంటప్పుడు చేతికి వచ్చిన అవకాశాన్ని ఎందుకు వృధా చేస్తున్నావు.ఈ లోకంలో మరెవరికీ చెందదు.చేతికి వచ్చిన అవకాశాన్ని సద్వినియోగం చేసుకునే వాడు తెలివైనవాడు. ."

ఇన్‌స్పెక్టర్ ప్రయత్నాల కారణంగా, తివారీ మనస్సు దురాశ ఉచ్చులో చిక్కుకుంది, కానీ అతని మనస్సాక్షి అతనిని ఖండించింది. లోపల నుండి ఒక స్వరం వచ్చింది – డబ్బు కోసం, మిమ్మల్ని నమ్మిన మీ స్నేహితుడికి మీరు ద్రోహం చేయబోతున్నారు. అతను దేశభక్తుడు, పుణ్యాత్ముడు, అతన్ని అరెస్టు చేస్తే, నరకంలో కూడా మీకు స్థానం లభించదు.

కానీ దురాశ మనస్సాక్షి యొక్క స్వరాన్ని అణిచివేసింది. తివారీ మనసు జారిపోయింది. ముందుగా రివార్డు డబ్బులు మొత్తం ఇస్తే ఆజాద్ అడ్రస్ చెబుతాను అని ఇన్ స్పెక్టర్ తో చెప్పాడు. ఇన్ స్పెక్టర్ "ఈరోజు సగం రూపాయి తీసుకో. ఆజాద్‌ను ఎప్పుడు అరెస్టు చేస్తారో సమయం ఇవ్వబడుతుంది.

మరియు ఇన్‌స్పెక్టర్ ఐదు వేల రూపాయల నోట్లను తివారీ ముందు ఉంచాడు. నోట్లు చూసి ఉలిక్కిపడ్డాడు. లాలాజలం మింగుతూ నోట్లు అందుకుని ఇప్పటి వరకు ఎవరికీ తెలియని ఆజాద్ రహస్యాన్ని బయటపెట్టాడు. భూమి కంపించింది. భారతమాత ఒడి కన్నీళ్లతో తడిసిపోయింది కానీ ఆ కన్నీటి విలువను అర్థం చేసుకునే వారు లేరు. అయ్యో, జైచంద్ పిల్లలారా! నీ వల్లనే దేశం బానిసత్వంలో కూరుకుపోయింది. మీ వల్లే బ్రిటీష్ వారు

భారతదేశాన్ని పాలించారు మరియు మీ వల్ల ఈ రోజు భారతదేశ స్వాతంత్ర్యం మరియు సమగ్రత ప్రమాదంలో పడింది. ఏ మాటల్లో విమర్శించాలి? ఏ మాటల్లో?

తివారీని అలహాబాద్ తీసుకెళ్లారు. అలహాబాద్ పోలీసుల నుండి మిశ్రమంగా ఉంది. అలహాబాద్ పోలీసులు తివారీ సహాయంతో ఆజాద్‌ను అరెస్టు చేయాలని ప్లాన్ చేశారు. ఆ పథకం ప్రకారం తివారీ పని చేయడం ప్రారంభించాడు. దారాలు నేయడం ప్రారంభించారు.

అత్యాశ అనే భూతం తివారీ గొంతును గట్టిగా పట్టుకుంది. పాపం అనే నలుపు నా ముఖం మీద పూసింది కాబట్టి, నరకంలోని దేవదూతలకు కూడా నన్ను గుర్తించడంలో ఇబ్బంది కలగకుండా దాన్ని ఎందుకు బాగా పూయకూడదు అనుకున్నాడు. మనిషి మీరు ఏ పని చేసినా, చాలా చేయండి, బాగా చేయండి.

అత్యాశకు లొంగిపోయిన తివారీ.. కచ్చితంగా పోలీసుల నుంచి పదివేలు వస్తాయని, ప్రెస్ యజమాని వద్ద జమ చేసిన డబ్బును ఎందుకు లాక్కోకూడదని భావించాడు. ఆజాద్‌కు తెలిస్తే ఎలా జరుగుతుంది? అతను నన్ను బాగా నమ్ముతాడు. నేను వారికి ఏది చెప్పినా, వారు దానిని నిజం అని అంగీకరిస్తారు మరియు దాని ప్రకారం నడుచుకుంటారు.

తివారీ ప్రెస్ యజమాని వద్దకు చేరుకున్నాడు. అతను అతనితో చెప్పాడు - "ఆజాద్‌కి ఇంకా డబ్బు కావాలి. అతను నన్ను పంపాడు. మీరు డిపాజిట్ చేసిన విప్లవ పార్టీ ఎనిమిది వేల రూపాయలు నేను ఆజాద్‌కు అందజేస్తాను." ప్రెస్ యజమాని మరియు తివారీ ఇద్దరూ ఒకరికొకరు బాగా పరిచయం చేసుకున్నారు. తివారీ మాటలు విన్న ప్రెస్ యజమాని తివారీతో, "ఈ సమయంలో నా దగ్గర డబ్బు లేదు, మరికొంత సమయం కావాలని ఆజాద్‌ని అడగలేదా?"

వాస్తవమేమిటంటే ప్రెస్ యాజమాన్యం ఉద్దేశాలు కలుషితమయ్యాయి. అతను డబ్బు చెల్లించడానికి ఇష్టపడలేదు. పోలీసులు ఎప్పుడూ ఆజాద్ వెంటే ఉంటారని భావించాడు. అతనే డబ్బులు అడగడానికి రాడు, ఎవరినైనా పంపిస్తే వాయిదా వేస్తాను. అలాంటప్పుడు డబ్బు ఎందుకు పట్టుకోకూడదు? తివారీ, "మీకు ఆజాద్ గురించి బాగా తెలుసు. తన వాగ్దానాన్ని ఉల్లంఘించిన వారిని అతను ఎప్పుడూ క్షమించడు. నువ్వు నాకు డబ్బు ఇస్తే బాగుంటుంది" అన్నాడు.

'నా దగ్గర మొత్తం డబ్బు లేదు.. రెండు వేలు మాత్రమే ఉంది.. కావాలంటే ఈ సమయంలో రెండు వేలు ఇస్తాను' అని ప్రెస్ యజమాని చెప్పాడు. అది పరుగెత్తే దెయ్యం లొంగక తప్పదని తివారీ అనుకున్నాడు! రెండు వేల ఉచితాల కంటే తక్కువ ఏమిటి? అతను \ వాడు చెప్పాడు-

"మంచిది, రెండువేలు తీసుకురండి. ఎలాగోలా ఆజాద్‌ని ఒప్పిస్తాను." ప్రెస్ యజమాని తివారీకి రెండు వేల రూపాయలు ఇచ్చాడు, రెండు వేలు ఇచ్చి ఇబ్బందిని నివారిస్తే

తప్పేమిటి? ఇప్పటికీ మీ జేబులో ఆరు వేల రూపాయలు మిగిలి ఉంటాయి. తివారీ డబ్బుతో వెళ్లిపోయాడు. అదే రోజు ఝాన్సీకి వెళ్లి ఆజాద్‌ను కలిశాడు. అతను ఆజాద్‌తో చెప్పాడు – "నేను ప్రెస్ యజమానితో మాట్లాడి వచ్చాను, అతను ఫిబ్రవరి 23 న సరిగ్గా రోజు పది గంటలకు మిమ్మల్ని కలుస్తాను, కంపెనీ బాగ్‌లోని లైబ్రరీ ముందు ఉన్న చెట్టుకింద. హరించు, మరియు మీకు డబ్బు ఇస్తాను." తివారీ చెప్పిన మాటలను ఆజాద్ నమ్మారు. "సరే, పదిగంటలలోపు చెట్టుకింద చేరుకుంటాను" అన్నాడు.

పేద ఆజాద్‌కు తెలియదు, అతను నమ్మిన వ్యక్తి తన మరణానికి పంపుతున్నాడని. తివారీ ఆజాద్ వద్దకు తిరిగి వచ్చి ఘటన గురించి పోలీసులకు సమాచారం అందించాడు. 1931 మార్చి 23న 12 గంటలైంది, ఎండ తీవ్రత పెరిగింది. ఇంటెలిజెన్స్ డిపార్ట్‌మెంట్‌కు చెందిన వ్యక్తులు సాధారణ దుస్తులలో కంపెనీ తోటలో తిరుగుతున్నారు. ఆజాద్ తివారీ కథనం ప్రకారం, అతను తన స్నేహితులలో ఒకరితో కలిసి పది గంటలకు కంపెనీ బాగ్‌కు చేరుకుని డ్రైన్ పక్కనే ఉన్న చెట్టు కింద కూర్చుని ప్రెస్ యజమాని కోసం వేచి ఉన్నాడు.

కొద్దిసేపటికే ఆజాద్ పోలీసులను చూశాడు. ఆజాద్ తన సహచరుడితో అన్నాడు – "నేను ఇక్కడికి వచ్చినట్లు పోలీసులకు సమాచారం వచ్చినట్లుంది. పోలీసులు నన్ను చుట్టుముట్టకముందే మీరు ఇక్కడ నుండి వెళ్లిపోండి." విప్లవ మిత్రుడు ఆజాద్‌ను విడిచిపెట్టడానికి ఇష్టపడలేదు. కానీ వారు అతన్ని విడిచిపెట్టమని బలవంతం చేశారు. ఓ వ్యక్తి సైకిల్ లాక్కొని దానిపై కూర్చొని వెళ్లిపోయాడు.

సహచరుడు వెళ్లిన కొద్దిసేపటికే, పోలీసు కెప్టెన్ నట్ బోవర్ పోలీసు బృందంతో చెట్టు దగ్గరకు చేరుకున్నాడు. ఆయన వెంట పోలీసు శాఖ ఇన్‌స్పెక్టర్ విశ్వేశ్వర్ సింగ్ కూడా ఉన్నారు. లొంగిపో, లేకపోతే కాల్చి చంపేస్తాం" అని హెచ్చరించే స్వరంతో దూరం నుంచి కాదు బావర్ అన్నాడు. ఆజాద్ లేచి నిలబడ్డాడు. నాట్ బాయర్ మాటలకు అతను బుల్లెట్‌తో స్పందించాడు. బుల్లెట్ అతని మణికట్టుకు తగిలింది. మణికట్టు ఎముక విరగలేదు, కానీ వంగి ఉంది. ఆ తర్వాత పోలీసుల వైపు నుంచి బుల్లెట్లు దూసుకెళ్లాయి. ఆజాద్ చెట్టు వెనుక నిలబడి తనను తాను రక్షించుకోవడం ప్రారంభించాడు. పోలీసుల బుల్లెట్లకు బుల్లెట్లతో సమాధానం ఇవ్వడం మొదలుపెట్టారు.

ఆజాద్ చాలా ధైర్యంగా పోలీసు బృందాన్ని ఎదుర్కొన్నాడు. పోలీసులు ఎక్కువ సంఖ్యలో ఉన్నారు, అయినప్పటికీ వారు ఆజాద్ ధైర్యాన్ని విచ్ఛిన్నం చేయలేకపోయారు. దురదృష్టవశాత్తు బుల్లెట్లు అయిపోయాయి – ఒక్క బుల్లెట్ మాత్రమే మిగిలి ఉంది – చివరి బుల్లెట్! ఆజాద్ తన గుడిలోకి పిస్టల్ తీసుకుని తన గుడిపై చివరి బుల్లెట్ పేల్చాడు. ఇటువైపు నుంచి అటువైపు బుల్లెట్ అది పోయింది. స్వేచ్ఛా భూమి ఒడిలో పడగానే

నిర్జీవుడు అయ్యాడు. శ్రీ వ్యతిత్ హృదయ తన పుస్తకంలోని రెండు పదాలలో దీనిని తీసుకున్నారు-

"నేను చూసిన ఆజాద్ త్యాగం దృశ్యం ఇప్పటికీ నా కళ్ల ముందు కనిపిస్తుంది, అది నాకు స్ఫూర్తిని మరియు ఉత్సాహాన్ని ఇస్తుంది. నేను అతని త్యాగం నుండి నేటి వరకు పదేపదే చదివి, అతని గురించి వాస్తవాలను సేకరించాను. 'అమర్ షహీద్ చంద్రశేఖర్ ఆజాద్' ఫలితం. అందులో వ్రాసిన విషయాలు సరళమైనవి మరియు వాస్తవమైనవి అని నేను చెప్పగలను."

మిస్టర్ డిస్ట్రెస్డ్ హార్ట్ తన పుస్తకంలోని కంటెంట్ యొక్క ప్రామాణికతను క్లెయిమ్ చేసినట్లు స్పష్టంగా ఉంది, అయితే పుస్తకంలో ఆజాద్ బలిదానం చేసిన తేదీ మార్చి 23 (లేదా ఫిబ్రవరి 23), 1931, అమర్ షహీద్ భగత్ సింగ్, రాజ్‌గురు మరియు త్యాగం చేసిన రోజు. సుఖ్‌దేవ్. ఆజాద్ కాదు.

ఈ సంఘటనకు కొంతకాలం ముందు సుఖ్‌దేవ్‌రాజ్ ఆజాద్‌తో ఉన్నారు. ఆయన తెలిపిన వివరాల ప్రకారం ఈ ఘటనకు సంబంధించిన వివరాలు ఇలా ఉన్నాయి. "ఫిబ్రవరి 27న ఉదయం అల్పాహారం తీసుకున్న తర్వాత సైకిల్‌పై వెళ్తున్నాను. నేను వెళ్ళగానే దారిలో భయ్యా ఆజాద్‌ని కలిశాను. ఇద్దరం మాట్లాడుకుంటూనే పార్క్ వైపు కదిలాము. నేను బర్మాకు వచ్చాను కాబట్టి, బర్మా ద్వారా కొంత మంది దేశం నుండి బయటకు వెళ్లవచ్చని నేను చెప్పగలనా అని భయ్యా నన్ను అడిగాడు. ఈ విషయంలో నా దగ్గర ఉన్న సమాచారం అంతా ఇచ్చాను.

ఇద్దరం మాట్లాడుకుంటూ పార్కు చేరుకున్నాం. అక్కడ ఒక వ్యక్తి బ్రిడ్జి మీద కూర్చుని పళ్లు కొరుకుతూ ఉన్నాడు. అతను ఆజాద్ వైపు చూడటం ప్రారంభించాడు. ఆమె కళ్లు చూసి ఆజాద్‌కి అనుమానం వచ్చింది. అతను నాతో ప్రస్తావించాడు. నేను మళ్ళీ ఆ వ్యక్తి వైపు చూశాను, కాని అతను తన ముఖం తిప్పుకున్నాడు. "మేమిద్దరం మాట్లాడుకుంటూ ముందుకు కదిలాము. ఇంతలో, ముందు రహదారిపై మోటారు వాహనం ఆగింది. దాని నుండి తెల్లటి దుస్తులలో ఉన్న ఒక ఆంగ్లేయ అధికారి మరియు ఇద్దరు సైనికులు బయటికి వచ్చి మా దగ్గరికి వచ్చి, 'ఎవరు? మరియు ఏమిటి?' అని అడగడం ప్రారంభించారు.

నువ్వు ఇక్కడ చేస్తున్నావా?'అలా చేస్తూనే, ఆఫీసరు తన తుపాకీని తీశాడు, దీనిపై మా అన్నయ్య చెయ్యి అతని పిస్టల్ మీదకు వెళ్ళింది, నా చెయ్యి నా పిస్టల్ మీదకి వెళ్ళింది.తెల్లవాడు మాట్లాడటం మొదలుపెట్టి కొంచెం దగ్గరికి రాగానే ఇద్దరూ వారి పిస్టల్స్ కాల్చారు, కానీ తెల్లవారి పిస్టల్ మొదట వెళ్ళింది, ఆమె వెళ్ళిపోయింది మరియు తరువాత విడిపించింది.

గోరే బుల్లెట్ ఆజాద్ కాలికి, ఆజాద్ బుల్లెట్ గోర్ భుజానికి తగిలింది. ఇరువైపుల నుంచి బుల్లెట్లు దూసుకురావడం ప్రారంభించాయి. ఒక బుల్లెట్ ఆజాద్ కుడి చేతిని చీల్చి అతని ఊపిరితిత్తులను తాకింది. ఇంకా కాల్పులు జరుపుతూనే ఉన్నారు. అధికారి మణికట్టు

విరిగింది. ప్రాణాలను కాపాడుకునేందుకు కారులో తప్పించుకునేందుకు ప్రయత్నించాడు. ఆజాద్ రక్తస్రావం అవుతున్నాడు, అయినప్పటికీ అతను తన బుల్లెట్‌తో మోటారు వాహనం టైర్‌కు పంక్చర్ చేశాడు.

"దీనిపై, గోరా మరియు అతని సహచరులు ఒక చెట్టు వెనుక దాక్కున్నారు. ఆజాద్ కూడా ఒక చెట్టు వెనుక దాక్కున్నాడు. రెండు వైపుల నుండి బుల్లెట్లు కాల్పులు ప్రారంభించాయి. ఇంతలో, ఆజాద్ నన్ను అక్కడి నుండి వెళ్ళమని ఆజ్ఞాపించాడు. అతను స్వయంగా పోరాడాడు - అతను అక్కడ పోరాడుతూ వీరమరణం పొందాడు. కానీ అతను తన సహచరులలో ఒకరి ప్రాణాలను కాపాడాడు.ఆజాద్ మృతదేహం నేలమీద పడి ఉంది, కానీ అతని దగ్గరకు వెళ్ళే ధైర్యం ఏ పోలీసుకు లేదు.చివరికి అదే తెల్ల అధికారి ఒక సైనికుడితో అతను మృతదేహాన్ని చూడవద్దని చెప్పాడు. నిలబడండి కొంచెం దూరం వెళ్లి కాల్చండి."

సుఖ్‌దేవ్‌రాజ్ యొక్క ఈ వివరణ చాలా మంది రచయితలచే నమ్మదగినదిగా పరిగణించబడలేదు. అనేక పుస్తకాల ప్రకారం, సుఖ్‌దేవ్ స్వయంగా పోలీసు. యశ్పాల్ ప్రకారం, వీరభద్ర తివారీ రాసిన విజిల్‌బ్లోయర్ కథ సుఖ్‌దేవ్‌రాజ్ స్వయంగా కల్పితం. బుల్లెట్లు పేలినప్పుడు ఆజాద్‌తో పాటు సుఖ్‌దేవ్‌రాజ్ ఉన్నాడని, అయితే అతనికి ఎలాంటి బుల్లెట్ తగలలేదని, పోలీసుల కళ్లుగప్పి ఎలా సురక్షితంగా పారిపోయాడనే దాని ఆధారంగా కూడా సుఖ్‌దేవ్‌రాజ్‌పై అనుమానం రూపుదిద్దుకుంది. పోలీసులు కావాలని కాల్పులు జరపలేదా?

ఈ విషయంపై శ్రీ మన్మథనాథ్ గుప్తా యొక్క ఈ సందేహం సమర్థనీయమైనదిగా అనిపిస్తుంది – "యశ్పాల్ ప్రకారం, పార్టీ విచ్ఛిన్నమైంది, కేంద్ర కమిటీ వారు చెదరగొట్టబడ్డారు, కానీ ఆ విధిలేని రోజున అలహాబాద్‌లో చాలా మంది విప్లవకారుల సమావేశం ఎందుకు జరిగింది అని అడగవచ్చు? అక్కడ యశ్‌పాల్ ఉన్నాడు, పాండే ఉన్నాడు, అక్కడ సుఖ్‌దేవ్‌రాజ్ ఉన్నాడు, వీరభద్ర ఉన్నాడు.. అతనికి ఎవరు ద్రోహం చేశారనే ప్రశ్న తలెత్తుతుంది. అతనిని ఒంటరిగా లేదా కలిసి ద్రోహం చేయగల చాలా మంది పురుషులు ఉన్నారు. ఈ విషయంలో అలహాబాద్‌లో ఆజాద్ అమరవీరుడు అర్ధ శత జయంతి సందర్భంగా అక్కడ ఉన్న ఒక వ్యక్తి నోరు విప్పితే చాలా మంది తలలు దొర్లడం ఖాయం అని నాతో అనడం నాకు గుర్తుంది."

యశ్‌పాల్‌కు రెట్టింపు తెలివితేటలున్న వీరభద్రే కాకుండా, ఆజాద్ మరియు భగత్ సింగ్‌ల కీర్తిని చూసి అసూయపడే వారు చాలా మంది ఉన్నారని ఆధారాలను బట్టి స్పష్టమవుతుంది. వారు తమ ప్రగతి పథంలో ఆజాద్‌ను అడ్డంకిగా భావించారు. నిజం ఏదైతేనేం చంద్రశేఖర్ ఆజాద్ పోలీసులతో పోరాడి ఇక్కడే వీరమరణం పొందడం ఖాయం, ఈ అభిప్రాయ భేదాలు ఆయన త్యాగానికి, భారత స్వాతంత్ర్య చరిత్రలో, మహానుభావులలో

ఆయన చేసిన గొప్ప కృషికి ఏ మాత్రం తేడా లేదు.. లెజెండ్స్ కూడా అవుతాయి. ఈ విషయంలో ప్రజాదరణ పొందింది.

ఆజాద్ మృతదేహాన్ని పోలీసులు తీసుకెళ్లారు. దీంతో ఈ ఘటనను చూసి 'ఆజాద్ జిందాబాద్' అంటూ నినాదాలు చేసిన జనం పార్కుకు వెళ్లారు. వారు ఆజాద్ రక్తంతో తడిసిన మట్టిని అతని చివరి కోసం పూడ్చిపెట్టారు చిరస్మరణీయమైన; వారు దానిని పవిత్రమైన వస్తువుగా భావించి వారి ఇళ్లకు తీసుకెళ్లారు. శ్రీ డిస్ట్రెస్డ్ హార్ట్ స్వయంగా ఈ సంఘటనను చూశాడు మరియు ఈ మట్టిని కూడా తీసుకున్నాడు. అతను వ్రాసాడు- "పోలీసులు వెళ్ళిన తరువాత, మేము ఆ చెట్టుకింద వెళ్ళాము, మేము రక్తంతో తడిసిన మట్టిని చూశాము, మేము ఆ మట్టిని మా ఇళ్లకు తీసుకువెళ్ళాము, ఆ మట్టి చాలా కాలం పాటు నా వద్ద ఉంది, కానీ అది మట్టి మాత్రమే, ఇప్పుడు ఆమె దుమ్ముగా మారింది."

పాపాత్ముని మనస్సు ఎప్పుడూ అనుమానాస్పదంగా ఉంటుంది, అందుకే ఆజాద్ మృతదేహాన్ని ప్రజలకు అందజేస్తే, ప్రజలు తమ భావోద్వేగాలను నియంత్రించుకోలేక పోయే అవకాశం ఉందని బ్రిటిష్ ప్రభుత్వం భయపడింది. అందువల్ల అతని మృతదేహాన్ని ప్రజలకు ఇవ్వలేదు. అంతే కాదు ఈ విషయం ప్రజలకు తెలియకుండా చేసి ఆయన అంత్యక్రియలు ప్రశాంతంగా నిర్వహించారు. అన్ని విధాలుగా, రాజర్షి పురుషోత్తమదాస్ టాండన్ మరియు శ్రీమతి కమల నెహ్రూ దీని గురించి సమాచారాన్ని తెలుసుకున్నారు.

మరికొంత మందితో కలిసి ఆయన పూజలు జరిగిన ప్రదేశానికి చేరుకున్నారు. అందువల్ల, ఈ ప్రజలు ఈ గొప్ప విప్లవకారుడి చివరి అవశేషాలను తిరిగి తీసుకువచ్చారు. రెండు మూడు రోజుల తర్వాత ఒక సమావేశం జరిగింది, ఇందులో రాజర్షి పురుషోత్తమదాస్ టాండన్ మరియు శ్రీమతి కమల నెహ్రూ కూడా పాల్గొన్నారు. తమ ప్రియమైన దివంగత విప్లవ యోధుడికి ప్రజలు నివాళులర్పించారు.

ఈ సమావేశానికి ప్రముఖ విప్లవకారుడు సచీంద్ర సన్యాల్ భార్య కూడా హాజరయ్యారు. ఆజాద్‌కు నివాళులు అర్పిస్తూ, శ్రీమతి సన్యాల్ చెప్పారు- "ప్రజలు ఖుదీరామ్ బోస చితాభస్మాన్ని తాయెత్తులలో ఉంచి, వాటిని తమ పిల్లలకు ధరించారు, తద్వారా వారి పిల్లలు కూడా ఖుదీరామ్ బోస్ వలె ధైర్యవంతులు అవుతారు. ఈ స్ఫూర్తితో నేను ఆజాద్ చిటికెడు అస్థికలను సేకరించడానికి వచ్చాను."

దీనిపై ప్రజలు తమ నుదుటిపై బూడిదను పూసుకున్నారు. అతి కష్టం మీద కొద్దిగా బూడిద మిగిలిపోయింది, అది త్రివేణిలోకి విసిరివేయబడింది. ఇప్పుడు భారత మాత యొక్క ఈ అద్వితీయ కుమారుని జ్ఞాపకాలు మాత్రమే భారతీయ ప్రజలకు మిగిలి ఉన్నాయి. ఆజాద్ అమరవీరుడు అయిన పార్క్ పవిత్ర స్థలంగా మారింది. ఆజాద్ తూటాలు పేల్చిన చెట్టు వెనుక

నుండి ఒక పవిత్ర వస్తువుగా, పూజా విగ్రహంగా మారింది. ప్రజలు కలిగి ఉన్నారు . వారు దానిని పూజించడం ప్రారంభించారు మరియు వారి పవిత్ర భక్తికి చిహ్నలుగా పూలు మరియు ఆకులను సమర్పించడం ప్రారంభించారు, కానీ బ్రిటీష్ వారు దీనిని సహించలేకపోయారు, కాబట్టి వారు ఆ చెట్టును కూడా నరికివేశారు, తద్వారా ఆజాద్ స్మారక చిహ్నం మిగిలిపోయింది. ఈ విధంగా, ఒకరి జ్ఞాపకశక్తి యొక్క భౌతిక సంకేతాలను నాశనం చేయడం అతని జ్ఞాపకశక్తిని నాశనం చేయదు. ఆజాద్ భారతీయుల హృదయాలలో స్థిరపడ్డారు మరియు భారతదేశం ఉన్నంత వరకు అలాగే ఉంటారు. భారతదేశానికి చెందిన గొప్ప వీరుడు ఆజాద్ మరణం నుండి; నిజమైన దేశభక్తుడు లేచి నిలబడ్డాడు. దీంతో విప్లవకారుల శకం కూడా ముగిసింది.

IX అధ్యాయం

ఆజాద్ జీవితంలోని కొన్ని స్ఫూర్తిదాయకమైన మరియు మరపురాని సంఘటనలు

పొగను వదులుతూ నిదానంగా మరియు ఎక్కువసేపు కాల్చడం కంటే ప్రకాశవంతమైన కాంతితో క్షణంలో కాలిపోవడం మంచిది. వీర్ చంద్రశేఖర్ ఆజాద్ తన జీవితంలో కూడా ఈ ప్రకటనను అమలు చేశారు. తన జీవితంలో కేవలం 25 సంవత్సరాలలో, అతను భారతదేశ చరిత్రలో తనకంటూ ఒక ప్రత్యేక స్థానాన్ని సృష్టించుకున్నాడు.

నిజానికి, చంద్రశేఖర్ ఆజాద్ యొక్క మిగిలిన జీవితం ఒక స్ఫూర్తిదాయకమైన కథ, దీని నుండి దేశప్రజలు త్యాగం, దేశభక్తి, నిర్భయత మొదలైన బోధనలను పొందుతారు. అయినప్పటికీ, అతని జీవితం నుండి ప్రతి వ్యక్తి అతని గురించి ఆలోచించేలా చేసే కొన్ని ఉత్తేజకరమైన ఉదాహరణలు ఉన్నాయి. మాతృభూమి కోసం అన్ని సుఖాలు, భోగాలు వగైరా వగైరా వదలి ప్రాణత్యాగం చేసిన ఈ అద్భుతమైన వ్యక్తిత్వం పట్ల అతని హృదయంలో స్వయంకృతాపరాధం పుడుతుంది. చాలా మంది ప్రముఖ రచయితలు తమ పుస్తకాలలో ఆజాద్ జీవితంలోని స్ఫూర్తిదాయకమైన సంఘటనలను వివరించారు. ఈ సంఘటనలలో కొన్ని ఇక్కడ ప్రదర్శించబడుతున్నాయి-

• ఒకసారి ఎవరో ఆజాద్ తల్లిదండ్రుల పరిస్థితి చాలా దయనీయంగా ఉందని, వారికి తినడానికి ఏమీ లేదని గణేష్ శంకర్ విద్యార్థికి చెప్పారు. దీంతో విద్యార్థిజీ చాలా బాధపడ్డాడు. స్వాతంత్ర్యం రావడం కానీ అతను అతనికి రెండు వందల రూపాయలు ఇచ్చి, ఈ డబ్బును తన తల్లిదండ్రులకు పంపమని అడిగాడు. ఆజాద్ డబ్బు తీసుకున్నాడు, కానీ పార్టీ పని కోసం ఖర్చు చేశాడు. అతను మళ్లీ విద్యార్థిజీని కలిసినప్పుడు, ఆ డబ్బును తన తల్లిదండ్రులకు పంపించావా అని విద్యార్థిజీ అడిగాడు.

దీనిపై ఆజాద్ మాట్లాడుతూ.. "విద్యార్థి, నా తల్లిదండ్రులకు అప్పుడప్పుడు తినడానికి లేదా తాగడానికి ఏదో ఒకటి వస్తుందని, కానీ నా పార్టీలో చాలా మంది యువకులు ఉన్నారు, అప్పుడప్పుడు ఆకలితో ఉండాల్సిన అవసరం ఉంది, నా తల్లిదండ్రులు – తండ్రి చనిపోయినా వృద్ధుడు. దేశానికి ఎలాంటి నష్టం ఉండదు, కానీ నా పార్టీకి చెందిన యువకుడు ఆకలితో చనిపోతే, అది మాకు చాలా అవమానకరమైన విషయం మరియు దాని వల్ల దేశం చాలా నష్టపోతుంది.

• ఆజాద్ ఎల్లప్పుడూ వ్యాయామం చేయడం మరియు హుందాగా జీవితాన్ని గడపడం వల్ల, అతని శరీరం బలంగా, దృఢంగా మరియు ఆకర్షణీయంగా మారింది, దీన్ని చూసి చాలా మంది అమ్మాయిలు అతని వైపు ఆకర్షితులయ్యారు. ఈ సందర్భంలో, ధీమర్‌పురాకు చెందిన ఠాకూర్ మల్ఖాన్ సింగ్ కుటుంబానికి చెందిన ఆజాద్ మరియు అతని సహచరులను జిజి అని పిలిచేవారు. ఒకసారి నా సోదరి స్నేహితురాలు ఆమె ఇంటికి వచ్చింది, ఆ స్త్రీ చాలా మంది పిల్లలకు తల్లి, కానీ ఆమె ఇంకా యుక్తవయస్సుకు రాలేదు. ఆమె ఒక వితంతువు, కానీ ఆమె హృదయంలో ఒక వ్యక్తిని వివాహం చేసుకోవాలనే బలమైన కోరిక ఉంది. ఆమె బ్రహ్మచారిజీ (ఆజాద్) పట్ల ఆకర్షితురాలైంది. తన భావాలను కోడలికి తెలియజేశాడు. ఇలాంటివి చేయొద్దని సిస్టర్ సలహా ఇచ్చినా ఆమె అంగీకరించలేదు.

ఆజాద్ వేసవి రాత్రి మేడమీద నిద్రపోతున్నాడు. ఆ స్త్రీ వెళ్లి ఆజాద్ మంచం మీద కూర్చుంది. ఆజాద్ లేచి కూర్చున్నాడు. అక్క కూడా వస్తుందేమో ఆలోచించండి. కొన్ని క్షణాలు వెయిట్ చేసినా చెల్లెలు రాకపోవడంతో ఆజాద్ వచ్చిన కారణం అడిగాడు. దీంతో ఆ మహిళ చిరునవ్వు నవ్వుతూ ఆజాద్ వైపు వెళ్లింది. ఆజాద్ వెనక్కి కదులుతూనే ఉంది మరియు ఆమె ముందుకు సాగింది. తన మాట వినకుంటే రచ్చ సృష్టించి పరువు తీస్తానని ఆజాద్‌ను బెదిరించింది. బయటకు వెళ్లే మార్గం కనిపించకపోవడంతో ఆజాద్ పైకప్పు మీద నుంచి దూకి హనుమంతుడి గుడికి చేరుకున్నాడు.

• ఆజాద్ మరియు అతని సహచరులు ఖనియాధన రాజు ఇంట్లో బస చేశారు. ఈ విషయమై పోలీసులకు సమాచారం అందింది. కాబట్టి ప్రభుత్వం రాజ్యాన్ని స్వాధీనం చేసుకుని, ప్రభుదయాళ్ అనే వ్యక్తిని దాని నిర్వాహకుడిగా నియమించింది, అతను రాజును కూడా పర్యవేక్షించాడు. ఒకసారి రాజు, ప్రభుదయాళ్ తోటలో కూర్చున్నారు. అకస్మాత్తుగా ఆజాద్ అక్కడికి చేరుకున్నాడు. ఇలా రావడంతో రాజా సాహెబ్ చాలా ఆశ్చర్యపోయాడు. అతను గౌరవంగా లేచి నిలబడి, "పండిట్జీ మహారాజ్, దయచేసి రండి."

నాతో పాటు కూర్చున్న ప్రభుదయాళ్ కూడా లేచి నిలబడ్డాడు. రాజు ఆజాద్‌ను కూర్చోమని అడిగాడు. అప్పుడు ప్రభుదయాళ్, "పండిట్జీ ఎవరు?" "అతను గొప్ప జ్యోతిష్యుడు." రాజా సాహెబ్ అన్నారు. దీనిపై ప్రభుదయాళ్ తన పేరు తెలుసుకోవాలనుకున్నారు. రాజా సాహెబ్ ఒక్కసారిగా కంగారుపడ్డాడు. ఆజాద్ అతని ఉద్విగ్నతను అర్థం చేసుకుని, "కిషన్‌లాల్" అని గట్టిగా అన్నాడు.

ఈ విధంగా అతను పరిస్థితి మరింత దిగజారకుండా కాపాడాడు.

• రాజ్‌గురు కాస్త రంగుల స్వభావం కలిగిన వ్యక్తి. ఒకసారి అతను ఒక అందమైన క్యాలెండర్ను కనుగొన్నాడు, అందులో ఒక అందమైన స్త్రీ చిత్రం ఉంది. అతను ఆ

క్యాలెండర్‌ను జట్టు ఫ్యాక్టరీ గోడకు వేలాడదీశాడు. అది చూసిన ఆజాద్ దాన్ని ముక్కలుగా చేసి విసిరేశాడు. కొంతకాలం తర్వాత, రాజ్‌గురు పెయింటింగ్ దుస్థితిని చూసినప్పుడు, అతను ఆ ముక్కలను తీసుకొని ఆజాద్‌ను అడిగాడు –

"ఇది ఎవరు చేసారు?"

"నేను చేసాను" అన్నాడు ఆజాద్.

"ఈ అందమైన చిత్రాన్ని ఎందుకు చింపివేశారు?" "ఎందుకంటే ఇది అందంగా ఉంది."

"అందమైన ప్రతిదాన్ని మీరు నాశనం చేస్తారని దీని అర్థం?"

"అవును, చేస్తాను?"

ఈ సమయంలో ఆజాద్ కోపంగా ఉన్నాడు; కోపంగా ఉన్న వ్యక్తి ఏది చెప్పినా అసలు అర్థం ఉండదు. ఆజాద్ విషయంలో కూడా అదే జరిగింది. కొద్దిసేపటికే అతని కోపం చల్లారింది. 1 గంట తర్వాత రాజగురువు ఏదో మాట్లాడటం చూసి "మేము

దాన్ని మరింత అందంగా తీర్చిదిద్దేందుకు వెళ్లి ఇక్కడ అందాలన్నీ ధ్వంసం చేస్తున్నారు. ఇది ఒక విచిత్రమైన దృశ్యం." అది విని ఆజాద్ కోపం కూడా చల్లారింది. అతను తన గురించి చాలా గిల్టీగా భావించాడు. అప్పుడు రాజ్‌గురుని ఒప్పించాలనే లక్ష్యంతో అన్నాడు- "చూడండి, నేను తాజ్‌మహల్‌ని కూల్చివేస్తానని నా ఉద్దేశ్యం కాదు. నా ఉద్దేశ్యం ఏమిటంటే, మనం బ్రహ్మచర్యం యొక్క ప్రతిజ్ఞ చేసాము మరియు అదే మా లక్ష్యం కావాలి. మనం అందం కోసం నేను దానిని కోరుకోవడం లేదు. ఈసారి తప్పు దారిలో నడవండి."

• ఆజాద్ స్వయంగా పార్టీ మొత్తం డబ్బుల ఖాతాలను నిర్వహించేవారు, తద్వారా ఒక్క పైసా కూడా వృధా కాకుండా ఉండేవారు. సాండర్స్ మారణకాండకు కొద్ది రోజుల ముందు, పార్టీ సభ్యులు లాహోర్‌లో ఉన్నారు. ఈ రోజుల్లో డబ్బు లేకపోవడంతో, ఆజాద్ జట్టులోని ప్రతి సభ్యునికి ఆహారం కోసం నాలుగు అణాలు ఇచ్చేవారు.భగత్ సింగ్‌కు కూడా నాలుగు అణాలు ఇచ్చారు, అయితే అతను ఆ డబ్బు చిత్రాన్ని చూసి, అక్కడ నుండి తిరిగి వచ్చిన తర్వాత అతను ఆజాద్‌కి విషయం చెప్పాడు.ఆజాద్ దీని కోసం అతన్ని చాలా తిట్టాడు.ఈ రకమైన వ్యసనం విప్లవకారులకు హానికరం అని చెప్పబడింది.పార్టీలోని సభ్యులెవరూ ఇలాంటివి చేయకూడదు.అప్పుడు భగత్ సింగ్ ఈ చిత్రం అమెరికా స్వాతంత్ర్య పోరాటం గురించి చెప్పాడు. ఆజాద్ అతనికి మరో రూపాయి ఇచ్చి, ముందు వెళ్లి తన ఆహారం తినమని అడిగాడు.

• ఒకసారి ఆజాద్ చాందినీ చౌక్‌లోని క్లాక్ టవర్ దగ్గరికి ఎక్కడికో వెళ్తున్నాడు. దారిలో కొందరు అమ్మాయిలు అతడిని ఆపి, "ఇంట్లో కంకణం కట్టుకుని కూర్చోండి లేదా దేశానికి సేవ చేయండి" అన్నారు. ఆజాద్ చేయి చాచి "నేను దేశాన్ని పాలించను" అన్నాడు. యొక్క సేవ. మీరు కోరుకుంటే, నన్ను కంకణాలు ధరించేలా చేయండి. అప్పుడు అన్ని

అమ్మాయిలు ఆమెను ఒక్కొక్కటిగా కంకణాలు ధరించడానికి ప్రయత్నించారు, కానీ ఎవరూ ఆమెను కంకణాలు ధరించేలా చేయలేరు; అప్పుడు ఆమె ఓటమితో, "ఇంతకంటే పెద్దది గాజులు మార్కెట్‌లో లేవు. దేశానికి సేవ చెయ్యి." ఆజాద్ నవ్వుతూ ముందుకు కదిలాడు. అమ్మాయిలు చూస్తూనే ఉన్నారు, కానీ ఈ వ్యక్తి చంద్రశేఖర్ ఆజాద్ స్వేచ్ఛగా ఉన్నాడని వారికి తెలియదు.

• అసెంబ్లీలో బాంబు పెట్టేందుకు ప్లాన్ చేశారు. ఈ పని కోసం భగత్ సింగ్ మరియు బతుకేశ్వర్ దత్ ఎంపికయ్యారు. వీరిద్దరూ కాకుండా జైదేవ్, శివ వర్మ, జట్టులోని మిగతా సభ్యులందరూ ఢిల్లీ నుంచి వెళ్లిపోవాలని ఆదేశాలు అందాయి. ఆజాద్ ఝాన్సీకి వెళ్లబోతున్నాడు, కాబట్టి శ్రీ శివ వర్మ కూడా అతనిని డ్రాప్ చేయడానికి స్టేషన్‌కి అతనితో పాటు వస్తున్నాడు. దారిలో శివవర్మతో ఇలా అన్నాడు, "ఉదయం! ఇప్పుడు కొద్దిరోజుల్లో వారిద్దరూ (భగత్ సింగ్ మరియు బతుకేశ్వర్ దత్) దేశానికి ఆస్తి అవుతారు. అప్పటి వరకు వారిని అతిథులుగా భావించి వారి సౌకర్యాలు చూసుకోండి. ." (బృందంలో శ్రీ శివ వర్మ పేరు ప్రభాత్ అని గుర్తుంచుకోండి)

• 1921లో, అతనికి దాదాపు పదిహేను సంవత్సరాల వయస్సు ఉన్నప్పుడు, అతనికి మొదటిసారిగా పదిహేను కొరడా దెబ్బలు విధించబడ్డాయి. బెత్తంతో కొట్టిన తర్వాత అతని శరీరం మొత్తం రక్తంతో నిండిపోయింది. జైలు నిబంధనల ప్రకారం అతనికి మూడు అణాలు ఇచ్చినప్పుడు, అతను జైలర్ గండా సింగ్ ముఖంపై ఎక్కువ డబ్బు విసిరాడు. అతనికి ఇచ్చి అక్కడి నుండి వెళ్లిపోయారు.

• ఆజాద్ పుట్టుకతో స్వచ్ఛమైన శాఖాహారుడు. అతను వేటాడేవాడు, కానీ అతను మాంసం తినలేదు, కానీ తరువాత భగత్ సింగ్ ప్రభావంతో అతను గుడ్లు తినడం మొదలుపెట్టాడు. ఈ విషయం గురించి, శ్రీ భగవాన్‌దాస్ తన జీవితంలోని ఒక సంఘటనను ప్రస్తావిస్తూ ఇలా వ్రాశారు- "ఆజాద్ ఆహారం మరియు పానీయాల విషయంలో కూడా, అతని వ్యక్తిగత విలువల ప్రకారం శాఖాహార బ్రాహ్మణుడు. పండిట్ రాంప్రసాద్ బిస్మిల్ నాయకత్వంలో పని చేస్తున్నప్పుడు అతని అంటరానితనం పోయింది. HSRA నాయకుడు కె. నిజానికి, అతను మాంసం తినడానికి వ్యతిరేకంగా పెద్దగా వాదించలేదు. వగైరా, కానీ అతనికి ఇష్టం లేదు.అతను చాలా వేటాడేవాడు, కానీ స్వయంగా మాంసం తినడు, రాజా సాహెబ్ ఖనియాధన ఇంట్లో, నేను మాంసంతో పాటు బహిరంగంగా వేటాడేవాడిని, అతను మాంసం తిన్నందుకు నాపై కొంత కోపంగా ఉన్నాడు. క్షత్రియులకు మరియు క్షత్రియుల వలె పని చేసే వారికి మాంసాహారం తినడం వల్ల కలిగే అభిలాష మరియు ప్రయోజనం గురించి భగత్ సింగ్ అతనికి చెప్పాడు.

మరియు అతను తరచూ నీతి గురించి ఉపన్యాసాలు ఇస్తూ నన్ను ఆటపట్టించేవాడు. సాండర్స్ ఊచకోత సమయంలో ఆజాద్ నన్ను లాహోర్‌కు పిలిచినప్పుడు, ఆజాద్‌పై భగత్ సింగ్ మాయాజాలం పని చేయడం చూసి నేను ఆశ్చర్యపోయాను మరియు అతను "పండిట్జీ! ఇది ఏమిటి?" ఆజాద్ మాట్లాడుతూ.. గుడ్డుకు ఎలాంటి హాని లేదు.. దీన్ని పండుగా శాస్త్రవేత్తలు అభివర్ణించారు. ఈ వాదన భగత్ సింగ్ మాత్రమే, ఆజాద్ పునరావృతం చేస్తున్నాడు. నేను చాలా సూచనాత్మకంగా చెప్పాను – "చాలా కరెక్ట్ పండిట్జీ! గుడ్డు ఒక పండు, కాబట్టి కోడి చెట్టు తప్ప మరొకటి కాదు. నేను ఆమెను ఎప్పుడు విడిచిపెడతాను?" భగత్ సింగ్, "అసలు కైలాష్, నువ్వు మంచి లాజిషియన్ కావచ్చు. సరే పండిట్జీ! చూడు" అని పకపకా నవ్వాడు. ఆజాద్ కలత చెంది, "రండి, ఒకడు మనకు గుడ్లు తినిపిస్తున్నాడు మరియు దాని మీద అతను పనులు చేస్తున్నాడు."

• ఒకసారి భగత్ సింగ్ ఆజాద్‌తో ఇలా అన్నాడు – "పండిట్జీ! దయచేసి మీ జన్మస్థలం మరియు బంధువుల గురించి మాకు చెప్పండి, అలాంటి సంఘటన ఏదైనా జరిగితే, మేము వారికి సహాయం చేస్తాము మరియు అమరవీరులు ఎక్కడ జన్మించారో దేశప్రజలకు తెలియజేయగలము." దీనిపై కొంత అసహనం వ్యక్తం చేసిన ఆజాద్ – "మీకు నాతో సంబంధం ఉందా లేదా నా బంధువులు? నా పుట్టుక గురించి, నా తల్లిదండ్రుల గురించి మీరు అడగాల్సిన అవసరం ఏమిటి? నా కుటుంబంలోని వ్యక్తులు ఎవరి సహాయం కోరుకోరు, నేను కూడా కాదు. నా జీవిత చరిత్ర రాయాలని కోరుకుంటున్నాను. ఇలా మాట్లాడితే మా గోప్యత ప్రమాణం ఏమవుతుంది."

• అష్ఫాఖుల్లా సోదరుడి జ్ఞాపకాలు అతని మాటల్లోనే – "నేను అష్ఫాఖుల్లాను ఉరి ఇంట్లో కలిశాను. కేసును పోరాడటానికి డబ్బు అవసరమా అని అష్ఫాఖుల్లా నన్ను అడిగాడు? దీనిపై నేను మీరు ఖైదీ అని చెప్పాను – మీరు ఏమి చేయగలరు? అయితే అష్ఫాఖుల్లా చెప్పారు- నేను నీకు డబ్బు పంపిస్తాను. నేను షాజహాన్‌పూర్‌కి తిరిగి వచ్చాను. ఒక వారం తర్వాత, నేను భోజనం చేస్తున్నప్పుడు ఎవరో నన్ను కలవడానికి వచ్చినప్పుడు, అక్కడ నిలబడి ఉన్న ఒక యువకుడు చూశాను. నేను "ఏం విషయం?" యువకుడు చెప్పాడు- "అష్ఫాక్ మీకు కొంత డబ్బు పంపాడు."

ఇలా చెప్పి డబ్బుల బ్యాగ్ ఇచ్చాడు. నేను "మీ పేరు ఏమిటి?" కానీ "అంతా చెబుతాను కానీ ముందు అగ్గిపెట్టె ఇవ్వు. ఉదయం నుంచి బీడీలు కాల్చలేదు" అన్నాడు.

నేను ఆ బ్యాగ్ తీసుకొని తల్లికి అప్పగించాను మరియు ఆమెను అడిగిన తర్వాత నేను అగ్గిపుల్లలతో యువకుడిని కలవడానికి వెళ్ళాను. కానీ అక్కడ ఎవరూ లేరు. ఆ సంచిలో

200 రూపాయలు ఉన్నాయి. వారం తర్వాత అష్ఫాక్ దగ్గరకు వెళ్లి అంతా చెప్పాను. దీనిపై అష్ఫాక్ నవ్వుతూ – "చంద్రశేఖర్ ఆజాద్ స్వేచ్ఛగా ఉన్నాడు. అతని తలపై బహుమతి ఉంది. అందుకే అతను జాగ్రత్తగా ఉన్నాడు."

• అష్ఫాక్ ఉరితీసిన తర్వాత, అతని సోదరుడు అతని మృతదేహాన్ని గూడ్స్ రైలులో తీసుకువస్తున్నాడు. బాలమౌ స్టేషన్‌లో సూట్ ధరించిన ఓ వ్యక్తి కారులో వచ్చి అష్ఫాక్ ముఖం చూడాలనుకున్నాడు. అష్ఫాక్ సోదరుడు మృతదేహం ముఖాన్ని తెరిచాడు. సూట్‌లో ఉన్న వ్యక్తి శరీరానికి మూడుసార్లు నమస్కరించాడు, లాంతరు ద్వారా శరీరం యొక్క ముఖాన్ని చూశాడు మరియు అతని కళ్ళ నుండి కన్నీళ్లు కారుతున్నాయి. అనంతరం మృతదేహం ముఖానికి కప్పాలని కోరాడు. అష్ఫాక్ సోదరుడు ఆ వ్యక్తి పేరు అడిగాడు. దీనిపై ఆ వ్యక్తి అతని నుండి లాంతరు తీసుకుని – "నేను వెంటనే వస్తాను." ఆ తర్వాత ఆ వ్యక్తి తిరిగి రాలేదు. అప్పుడు అష్ఫాక్ సోదరుడు అతను స్వేచ్ఛగా ఉన్నాడని గ్రహించాడు.

• తన జీవిత భాగస్వామిని ఊహించుకుంటూ, అతను కొన్నిసార్లు ఇలా అంటాడు- "మీరు పర్వతాలలో తిరుగుతున్నారు. ఒక రైఫిల్ అతని భుజంపై మరియు ఒక రైఫిల్ మా భుజంపై ఉండాలి. మీతో ఒక గుళికల బ్యాగ్ ఉండాలి. శత్రువులు చుట్టుముట్టండి. అతను రైఫిల్‌ను లోడ్ చేయాలి మరియు మేము నిరంతరం కాల్పులు జరుపుతాము. "

• ఒకప్పుడు భగత్ సింగ్ మరియు ఆజాద్ తమలో తాము సరదాగా మాట్లాడుకునేవారని అంటారు. వీరిద్దరిలో ఎవరు చనిపోతారు అనేది వారి చర్చనీయాంశం. తాను (భగత్ సింగ్) సినిమా హాస్‌లో సినిమా చూస్తూ పట్టుబడతానని, కరువుతో చనిపోతానని ఆజాద్ భగత్ సింగ్‌తో చెప్పాడు. దీనిపై భగత్ సింగ్ స్పందిస్తూ.. అతడు (ఆజాద్) చాలా మందంగా ఉన్నందున అతడిని చంపడం పోలీసులకు అంత సులభం కాదన్నారు. పోలీసుల మెడకు తాడు కూడా దొరకదు. ఒక్క తాడు కూడా సరిపోదు; రెండు తాడులు అవసరం – మెడకు ఒకటి; కడుపు కోసం. దీనిపై ఆజాద్ తన పిస్టల్‌పై చేయి వేసి, "ఇది చూస్తే, నన్ను అరెస్టు చేయగల నా తల్లి కొడుకు ఎవరు?"

• ఒకసారి విప్లవ పార్టీ విచ్ఛిన్నమైందని, అందుకే రష్యాకు పారిపోవాలని, పట్టుబడితే ఉరి తీయాలని కొందరు ఆయనకు సలహా ఇచ్చారు. ఇది విన్న ఆజాద్ ఇలా అన్నారు – "నాతో రష్యా గురించి మరియు గడ్డి గురించి మాట్లాడకండి, నా శరీరం భారతదేశపు నేలతో తయారు చేయబడింది మరియు నేను భారతదేశ స్వాతంత్ర్యం కోసం శత్రువుతో పోరాడుతూ ఈ దేశ గడ్డపై చనిపోతాను మరియు చేరతాను. దాని దుమ్ము."

• ఒకసారి ఆజాద్ తన స్నేహితులు భగత్ సింగ్, రామచంద్ర, మాస్టర్ చైల్బిహారిలాల్, విశ్వంభర్ దయాల్ మొదలైన వారితో కలిసి లాన్స్డౌన్కి వెళ్లి కొండలపై షూటింగ్లో శిక్షణ ఇస్తున్నాడు. ఇంతలో, అతని సహచరులు అతని (ఆజాద్) లక్ష్యాన్ని చూడాలనే కోరికను వ్యక్తం చేశారు, ఎందుకంటే అతని లక్ష్యం ఖచ్చితమైనది. ఆయన కోరికను ఆజాద్ అంగీకరించారు. స్నేహితులు చెట్టు ఆకుపై గురి పెట్టాలని నిర్ణయించుకున్నారు. ఆజాద్ గురిపెట్టి ఐదు బుల్లెట్లు కాల్చాడు, కానీ ఆకు పడలేదు. సహచరులు చాలా నిరాశ చెందారు మరియు లక్ష్యం తప్పిపోయిందని గ్రహించారు. చివరికి ఆకు తీయబడింది; ఐదు బుల్లెట్ల కోసం ఐదు వేర్వేరు రంధ్రాలు తయారు చేయబడ్డాయి. ఇది చూసిన అతని సహచరులు అతనిని పొగడకుండా ఉండలేరు.

105

X అధ్యాయం

వ్యక్తిత్వం మరియు ఆలోచనలు

చంద్రశేఖర్ ఆజాద్ భారతదేశ చరిత్రలో మరపురాని, విశిష్టమైన మరియు అద్భుతమైన వ్యక్తిత్వం. నిరుపేద అని చెప్పుకునే అతి సామాన్య కుటుంబంలో పుట్టినప్పటికీ భారత స్వాతంత్ర్య చరిత్రలో ఆయన పోషించిన పాత్ర పూర్తిగా అద్వితీయమైనది. ఆయన కుటుంబ నేపథ్యం, ఆయన రచనలు చూస్తుంటే ఒక్కసారిగా చంద్రశేఖర్ ఆజాద్ లాంటి మహిమాన్విత వ్యక్తులు పుట్టడం చాలా అరుదు అని చెప్పక తప్పదు, ఆయనే రోల్ మోడల్‌గా మారి రాబోయే తరాలకు సందేశం ఇస్తున్నారు. పరిస్థితి లేదా అతని స్వంత కుటుంబ నేపథ్యం సాధారణం కంటే తక్కువగా ఉంది, ఒక వ్యక్తికి సామర్థ్యం ఉంటే, అతను తన స్వంత స్థలాన్ని సృష్టించుకుంటాడు, ఆ వ్యక్తి యొక్క స్వయం ముఖ్యం, దీనికి అతనికి సంపద, ఇల్లు, కుటుంబం, విద్య అవసరం -దీక్ష అవసరం లేదు లేదా వయస్సు.

చంద్రశేఖర్ ఆజాద్ తన ఆలోచనలను వ్యక్తీకరించడానికి ఏ పుస్తకాన్ని వ్రాయలేదు లేదా అతను సుదీర్ఘ ప్రసంగాలు చేయలేదు, ఇప్పటికీ అతని విప్లవాత్మక జీవితం యొక్క చర్యలు అతని వ్యక్తిత్వాన్ని మరియు ఆలోచనలను స్పష్టంగా తెలియజేస్తాయి. అతని జీవితంలోని ఈ రచనలు అతని క్రింది లక్షణాలను వెల్లడిస్తున్నాయి.

స్వీయ-నిర్మిత వ్యక్తిత్వం

చంద్రశేఖర్ ఆజాద్ చాలా పేద కుటుంబంలో జన్మించారు. అతని తండ్రి ఆర్థిక పరిస్థితి చాలా దయనీయంగా ఉంది, అతను తన కొడుకును ఏ పాఠశాలలో చదివించలేకపోయాడు. పార్టీ సందర్భంలో తన పేద కుటుంబ పరిస్థితిని వివరిస్తూ భగవందాస్ ఇలా వ్రాశారు -

“ఆజాద్ సహోద్యోగుల్లో, అంటే అతని నాయకత్వంలో పనిచేసిన వారిలో ఎవరైనా అతని కంటే తక్కువ పాఠశాల విద్యను కలిగి ఉండేవారు కాదు. అతని కంటే పేద స్థితిలో ఎవరైనా పుట్టి ఉండరు. అతని తండ్రి, సోదరుడు లేదా ఇతర బంధువుల దేశభక్తి, త్యాగం, తపస్సు, శౌర్యం లేదా మరే ఇతర గొప్పతనం యొక్క నీడ కూడా లేదు. శ్రీ మన్మథనాథ్ గుప్తా కూడా ఈ విషయంపై రాశారు- "అతని తండ్రి పండిట్. సీతారామ్ చాలా సాధారణ ఉద్యోగం చేసేవారు, కాబట్టి ఇంగ్లీష్ చదివే ప్రశ్నే లేదు. ఆజాద్‌ను సంస్కృతం చదవడానికి కాశీకి పంపారు. అతను

బ్రాహ్మణ విద్యార్థి, అందువల్ల భోజనం మరియు వసతి కోసం సాధారణ ఏర్పాట్లు ఉన్నాయి. కాశీ, అక్కడ మతపరమైన హాస్టళ్లు ఉన్నాయి మరియు సంస్కృత విద్యార్థుల కోసం ప్రజలచే ప్రాంతాలు తెరవబడ్డాయి. కొన్నిసార్లు కుండలు మరియు దుప్పట్లు వంటివి కూడా పంపిణీ చేయబడ్డాయి. కొన్నిసార్లు కొంత దక్షిణ కూడా ఇవ్వబడ్డాయి."

ఈ పండితుల పై పంక్తులు ఆజాద్ కుటుంబాన్ని మరియు అతని చిన్నతనంలో మరియు అతని చదువుకునే రోజుల్లో అతను ఎదుర్కోవాల్సిన పరిస్థితులను స్పష్టంగా తెలియజేస్తాయి. అయితే ఈ తరహా చదువులు అన్నీ ఇన్నీ కావు అని ఆజాద్ నిరూపించాడు. ఒక వ్యక్తి కుటుంబ పరిస్థితి ఎంత దయనీయంగా ఉన్నప్పటికీ, అతను ఎంత విద్యను అభ్యసించినా, అతని సహజ సామర్థ్యాలు అతని నుండి దాచబడవు. ఇవి లేకపోయినా, ఒక వ్యక్తి తన సామర్థ్య బలంతో పురోగతి యొక్క శిఖరాగ్రాన్ని చేరుకోగలడు మరియు ఒక ఆదర్శాన్ని అందించగలడు, దాని ముందు ధనవంతులు మరియు బాగా చదువుకున్నవారు కూడా తలవంచవలసి ఉంటుంది. ఈ వాస్తవాన్ని సూచిస్తూ, శ్రీ మన్మథనాథ్ గుప్తా ఆజాద్ గురించి రాశారు- "అయితే, చంద్రశేఖర్ ఆజాద్ తక్కువ చదువుకున్నాడు, పాఠశాల-కాలేజీ కోణం నుండి మాత్రమే, కానీ అతను చదివిన పుస్తకాల సారాన్ని గ్రహించగల గొప్ప శక్తి అతనికి ఉంది. ఇది కాకుండా, మొదటి నుండి, అతను ఎప్పుడూ అలాంటి బాగా చదువుకున్న వారితోనే ఉన్నాడు. విప్లవకారులు గొప్ప విద్వాంసులు. అక్కడ ఉండటమే కాకుండా, అతను రోజంతా సిద్ధాంతపరంగా వాదిస్తూనే ఉండేవాడు."

ఆజాద్‌కు బాగా చదువుకున్న విప్లవకారుల మద్దతు ఉందని స్పష్టమైంది. ఇది కాకుండా, ఆచరణాత్మక జ్ఞానం కోసం ఎటువంటి విద్య తప్పనిసరి అవసరం లేదు. ప్రపంచంలోని ఎందరో మహానుభావులు నిరక్షరాస్యులని ప్రపంచ చరిత్రే సాక్ష్యం. నిజానికి, అతని బృందంలోని సభ్యులందరూ ఆజాద్ యొక్క ఆచరణాత్మక పరిజ్ఞానానికి చాలా ముగ్ధులయ్యారు. అందుకే, కొత్త విప్లవ పార్టీ 'హిందుస్థాన్ సమాజ్‌వాదీ రిపబ్లికన్ సేన' సంస్థను స్థాపించిన తర్వాత, ఆజాద్‌ను దాని ప్రధాన కమాండర్‌గా నియమించారు.

ఆచరణాత్మక జ్ఞానం మరియు విద్యను పొందడం రెండు వేర్వేరు విషయాలు. బాగా చదువుకున్న వ్యక్తి కూడా ఆచరణాత్మక జ్ఞానంతో నిండి ఉండాల్సిన అవసరం లేదు. ఆచరణాత్మక జ్ఞానం, ధైర్యం, దేశభక్తి భావం, నైతికత మొదలైనవి వ్యక్తి యొక్క సహజమైన విజయాలు. ఆజాద్ వ్యక్తిత్వం ఈ లక్షణాలతో నిండి ఉంది. అతని ఈ గుణాన్ని వివరిస్తూ, శ్రీ భగవాన్‌దాస్ ఇలా వ్రాశారు, "అతను పుస్తక జ్ఞానం ద్వారా నాయకుని స్థానాన్ని పొందాడు,ఇది ఆచరణాత్మక జ్ఞానం, లొంగని ధైర్యం మరియు అన్నింటికంటే, తన సహచరుల

శ్రేయస్సు పట్ల హృదయపూర్వక మరియు ఆప్యాయతతో మరియు కష్ట సమయాల్లో సమర్థవంతమైన నాయకత్వాన్ని అందించడం ద్వారా మాత్రమే సాధించబడింది."

ఈ అంశాన్ని మరింత స్పష్టం చేస్తూ, శ్రీ మన్మథనాథ్ గుప్తా ఇలా వ్రాశారు- "మేధోపరమైన తార్కికం ద్వారా మాత్రమే మనిషి అర్థం చేసుకుంటాడు అని చెప్పడం పొరపాటు. ఇతర విషయాల ప్రభావం ఉంటుంది. ఒక వ్యక్తి యొక్క నేపథ్యం, అతని నుండి వెలువడే కాంతిని ఆధ్యాత్మిక వ్యక్తులు ఏమని పిలుస్తారు, అతని నిజాయితీ, అతని విశ్వాసం, ప్రతిదీ ప్రభావం చూపుతుంది. ఉదాహరణకు. , కొన్నిసార్లు తెలివితేటలు కానీ అందం, రూపం, రుచి, వాసన, పదాలు మరియు స్పర్శ కూడా వివరించే ప్రక్రియపై భారీ ప్రభావాన్ని చూపుతాయి.

అతని ఆచరణాత్మక జ్ఞానం కారణంగా, అతను బాగా చదువుకున్న విప్లవకారులలో ఒకడు నాయకుడయ్యాడు. భగత్ సింగ్ వంటి బాగా చదువుకున్న విద్వాంసులు కూడా ఆయన వ్యక్తిత్వం ముందు గౌరవప్రదంగా తలవంచేవారు. తన వెలుగుతో ప్రపంచానికి కొత్త వెలుగును చూపిన అలాంటి కొడుకు ఆజాద్ నిజంగా గుద్రి కొడుకు.

పాత్ర బలం యొక్క చిహ్నాలు

ఆజాద్ నిజమైన దేశభక్తుడు. అతనికి మాతృభూమి స్వాతంత్ర్యం ఒక్కటే లక్ష్యం అయింది. ఈ లక్ష్యాన్ని సాధించడానికి, అతను జీవితంలోని అన్ని ఆనందాలను మరియు ఆనందాలను వదులుకున్నాడు. అతను సంస్కృత విద్యార్థి, కాబట్టి అతను గీతను కూడా అభ్యసించి ఉండాలి. అందువల్ల, బహుశా అతను గీత నుండి ఈ పాఠాన్ని నేర్చుకున్నాడు, 'ఇంద్రియ కోరికలపై ధ్యానం బంధానికి దారితీస్తుంది, మోహానికి అనుబంధానికి, కోపానికి మోహానికి, విధేయతకు కోపం, అజ్ఞానానికి విధేయతకు, అజ్ఞానానికి జ్ఞాపకశక్తికి, జ్ఞాపకశక్తికి గందరగోళానికి మరియు తెలివితేటలకు నాశనమవుతుంది. ఆత్మ పతనం.' అంటే, ఏదైనా లక్ష్యాన్ని సాధించాలంటే సబ్జెక్ట్‌లకు దూరంగా ఉండటం ఖచ్చితంగా అవసరం. అందుకే ఆజాద్ జీవితంలో ప్రశంసనీయమైన పాత్ర బలం కనిపిస్తుంది. ఆయన పాత్ర ఆదర్శం. ప్రతి స్త్రీలో తన తల్లిని చూశాడు. ఈ విషయంలో, అతని ఇతర సహచరుల అభిప్రాయాలు అతని నుండి కొంత భిన్నంగా ఉన్నాయి. కొంతమంది సహచరులు మహిళలపై ప్రేమతో పార్టీకి నష్టం కలిగించారు. అందుకే ఈ విషయానికి దూరంగా ఉండమని ఆజాద్ తన సహచరులకు సలహా ఇచ్చేవారు. తన ఈ ఆదర్శ పాత్ర గురించి, శ్రీ వీరేంద్ర ఇలా వ్రాశారు –

"చంద్రశేఖర్ ఆజాద్ జీవితంలో అత్యంత ముఖ్యమైన అంశం స్త్రీల పట్ల అతని దృక్పథం. అతను ఎప్పుడూ వారికి దూరంగా ఉండేవాడు. అతని స్వంత శరీరం చాలా అందంగా ఉంది. అతను చాలా సంవత్సరాలు నిరంతర శ్రమ మరియు వ్యాయామంతో దానిని నిర్మించాడు.

అందుకే ఒకటి లేదా రెండుసార్లు అతను ఇలా అన్నాడు.అతన్ని ట్రాప్ చేయడానికి యువతులు ప్రయత్నించిన సంఘటనలు కూడా జరిగాయి.కానీ విప్లవకారుడు రెండు విషయాలను ఒకేసారి ప్రేమించలేడని ఆజాద్ ఎప్పుడూ చెప్పేవాడు.అతను తన దేశాన్ని లేదా అమ్మాయిని ప్రేమించాలా.నీ దేశాన్ని ప్రేమిస్తే నువ్వు దాని కోసం సర్వస్వం త్యాగం చేయాలి.

. ఇందులో మరెవరికీ ప్రేమకు తావు లేదు. ఆజాద్ స్నేహితులు చాలా మంది మహిళల ప్రేమకు బాధితులయ్యారు. దీంతో ఆయన పార్టీ కూడా నష్టపోయింది. అయితే ఒక మహిళ కారణంగా తన పార్టీకి నష్టం కలిగించిన వారిని క్షమించేందుకు ఆజాద్ సిద్ధంగా లేడు. ఒకసారి అతను తన స్నేహితుడిని కాల్చడానికి కూడా సిద్ధంగా ఉన్నాడు. తన సహచరులలో ఈ రకమైన నైతిక బలహీనతను సహించడానికి అతను ఎప్పుడూ సిద్ధంగా లేడు."

నైతిక బలహీనత మనిషిని తన కర్తవ్యానికి దూరం చేస్తుంది. ఆయన పార్టీ కర్తవ్యం వ్యక్తిగత స్వార్థ కర్తవ్యం కాదు, ఇది మొత్తం దేశ భవిష్యత్తు ప్రశ్న. అందువల్ల, అటువంటి ముఖ్యమైన విధి కోసం, వ్యసనాలను వదిలివేయడం అవసరం. వీటన్నింటిని దృష్టిలో ఉంచుకుని, ఆజాద్ కఠిన ప్రవర్తన అవసరం. క్రమశిక్షణను కొనసాగించడానికి, మొదటి అవసరం ఏమిటంటే, పార్టీ నాయకుడికి మంచి పాత్ర ఉండాలి, అది కూడా మంచి పాత్రను ఆశించవచ్చు మరియు పార్టీ క్రమశిక్షణకు అటువంటి కఠినమైన ప్రవర్తన కూడా అవసరం. అతను ఠాకూర్ మల్ఖాన్ సింగ్ వద్ద రాత్రి నిద్రిస్తున్నప్పుడు, అతని సోదరి స్నేహితులలో ఒకరు వచ్చి అతని మంచం మీద కూర్చున్నట్లు గతంలో ఒక సంఘటన ప్రస్తావించబడింది. నిజానికి, అలాంటి క్షణాలు ఒక వ్యక్తి యొక్క పాత్ర యొక్క పరీక్ష. అటువంటి పరిస్థితులలో, అతను తన యవ్వన దశలో ఉన్నాడు. తనను తాను నియంత్రించుకోవడం ప్రతి ఒక్కరి శక్తిలో లేదు. ఇంత అద్భుతమైన స్వీయ నియంత్రణ ఆజాద్ లాంటి వ్యక్తిలోనే సాధ్యం.

ఇక్కడ స్త్రీలను గౌరవంగా చూడటం భారతీయ సంస్కృతి యొక్క ప్రత్యేకత. ఆజాద్ తన సంస్కృతితో పూర్తిగా ప్రభావితమయ్యాడు. అందుకే పాత్ర దాతృత్వంతో పాటు ప్రతి స్త్రీని గౌరవానికి అర్హురాలిగా భావించాడు. ఈ నేపథ్యంలో గత అధ్యాయాల్లో అతడి దోపిడీ ప్రస్తావన వచ్చింది. ఈ దోపిడీలో, అతను దోపిడీకి పాల్పడుతున్న ఇంటిలోని ఒక అమ్మాయితో అసభ్యంగా ప్రవర్తించినందుకు తన సొంత జట్టు సభ్యుడిని కాల్చాడు.

మాతృభూమిని అణచివేత నుండి విముక్తి చేయడమే విప్లవకారుల లక్ష్యం, వారు ఉగ్రవాదులు కాదు. పేర్కొన్న జట్టు సభ్యుని ప్రవర్తన ఇది విప్లవకారుల సిద్ధాంతాలకు విరుద్ధం. ఇలాంటి దుష్ప్రవర్తనను ఆజాద్ ఎప్పుడూ సహించలేకపోయాడు. మాతృభూమి స్వాతంత్ర్యమే తమ ముందున్న ఏకైక లక్ష్యం అయిన నాటి పరిస్థితులలో, పార్టీ సభ్యులను

ఇలాంటి నైతిక పతనం నుండి కాపాడటం పార్టీ అధినేతకు మరింత ముఖ్యమైన కర్తవ్యంగా మారింది; విపత్తు సమయంలో, భద్రతా నియమాలు మరింత కఠినంగా ఉంటాయి. అందుకే ఈ విషయంలో పార్టీ సభ్యులకు ఎలాంటి సడలింపు ఇవ్వకూడదని ఆజాద్ భావించారు. ఈ సమయంలో, అతను ప్రతి ఒక్కరూ జట్టు పనిపై మాత్రమే దృష్టి పెట్టాలని కోరుకున్నాడు, ఇది అతని కోరిక, అందువల్ల జట్టులోని ఏ సభ్యుడు కూడా మహిళలపై ప్రేమ గురించి చర్చించకూడదని అతను కోరుకున్నాడు. ఈ తరహా చర్చలు జరిగినప్పుడు ఆయన తరచూ చెబుతుండేవారు – "మళ్ళీ, అయస్కాంతం గురించి అదే విషయం, దానితో జతచేయబడినప్పుడు మునిగిపోతుంది."

మహిళల సమస్యలపైనే కాకుండా యువతను ప్రతి చెడుకు దూరంగా ఉంచాలన్నారు. "ఒక విప్లవకారుడు స్త్రీలు, మద్యం మరియు సిగరెట్లకు దూరంగా ఉండాలి. ఈ మూడు విషయాలు అతని జీవితాన్ని ఎప్పుడైనా ముంచెత్తగలవు. దీని అర్థం అతను స్త్రీలను ద్వేషిస్తున్నాడని కాదు. మహిళలకు గౌరవప్రదమైన స్థానం కల్పించాలన్నారు. అతను ఇతర జట్టు సభ్యుల నుండి కూడా అదే ఆశించాడు. కానీ అదే సమయంలో, భావోద్వేగాలతో దూరంగా ఉన్న యువకుడు తన విధిని చేస్తాడు.

దాన్ని మరచిపోండి, అతను దానిని పూర్తిగా వ్యతిరేకించాడు.

సంప్రదాయం మరియు ప్రగతిశీలత యొక్క సమకాలీకరణ

అతను సాంప్రదాయ సంప్రదాయాల నుండి విముక్తి లేని బ్రాహ్మణ కుటుంబంలో జన్మించాడు. అయినప్పటికీ, నేటితో పోలిస్తే ఆనాటి సమాజంలో ఆచారాలు ఎక్కువగా ఉన్నాయి. కులం, అంటరానితనం, ఆహారం మొదలైన కుటుంబ సంప్రదాయాలు ఆజాద్ ప్రారంభ జీవితంపై సహజ ప్రభావాన్ని కలిగి ఉన్నాయి. దీనితో పాటు, అతను సంస్కృత విద్యార్థి. అందుచేత ఆ వాతావరణం ప్రభావం అతనిలో కూడా ఉంది.

ఇలాంటి వాతావరణంలో పుట్టి, ఇలాంటి వాతావరణంలో విద్యను అభ్యసిస్తున్న వారి తొలినాళ్లలోనే సమాజంలోని ఈ దురాచారాలు ప్రభావం చూపితే ఆశ్చర్యం లేదు. పిల్లవాడు తన వాతావరణం నుండి స్వేచ్ఛగా ఉండటం దాదాపు అసాధ్యం. హిందూ సమాజం అంటరానితనం మొదలైన దుష్ట పద్ధతులతో బాధపడుతోంది. అదే సమయంలో, దీనికి చాలా ప్రకాశవంతమైన పార్శ్వాలు కూడా ఉన్నాయి, అందుకే ఆజాద్ ఈ చెడు పద్ధతులను అంగీకరించడమే కాకుండా, ఈ గొప్ప పక్షాన్ని కూడా ముందుకు తీసుకెళ్లాడు. నిజం ఏమిటంటే, అతని తరువాతి విప్లవ జీవితంలో, అతను తన జీవితంలో ఈ చెడులకు చోటు ఇవ్వలేదు, అయితే అతను తన నుండి మంచి విషయాలు విడిపోవడానికి ఎప్పుడూ అనుమతించలేదు.

తన ప్రారంభ విప్లవ జీవితంలో, అతను పండిట్ రాంప్రసాద్ బిస్మిల్ వంటి విప్లవకారుల మిత్రుడిగా మారడం విశేషం. దీనికి ముందు, ఆజాద్ గట్టి బ్రాహ్మణుడు, కానీ పండిట్ బిస్మిల్ ఆర్య సమాజి. ఆర్యసమాజ్ యొక్క మత-సామాజిక దాతృత్వం వారిలో నిండి ఉంది. ఫలితంగా, ఆజాద్ కూడా అతనిచే ప్రభావితమయ్యాడు మరియు అంటరానితనం మొదలైన సంకుచిత మనస్తత్వం అతని జీవితం నుండి దూరంగా వెళ్ళడం ప్రారంభించింది. అతను ఈ భావాల వ్యర్థాన్ని అర్థం చేసుకున్నాడు.

దీని తరువాత, అతను కార్ల్ మార్క్స్ యొక్క గొప్ప విప్లవం యొక్క సూత్రాలు మరియు రూపంతో ప్రభావితమైన అమర్ షహీద్ భగత్ సింగ్‌తో పరిచయం కలిగి ఉన్నాడు మరియు ఈ సూత్రాలతో పరిచయం ఏర్పడిన తరువాత, అతను 'హిందూస్థాన్ సమాజ్ వాదీ గంటాంత్రిక్' అధ్యక్షుడయ్యాడు. వీటన్నింటి ప్రభావం వల్ల అతని ఆలోచనలు కూడా మారిపోయాయి, అతను కూడా కార్ల్ మార్క్స్ సోషలిస్టు సూత్రాల ప్రభావంతో ఉండలేకపోయాడు.

ఈ విధంగా, చంద్రశేఖర్ తివారీ, గట్టి బ్రాహ్మణుడు, మొదట ఉదారవాద ఆర్యసమాజిస్ట్ అయ్యాడు మరియు తరువాత ప్రగతిశీల సోషలిస్ట్ అయ్యాడు, అయితే గమనించదగ్గ విషయం ఏమిటంటే, అతను తన మతం యొక్క ప్రశంసనీయమైన సాంస్కృతిక అంశాన్ని ఎన్నడూ విడిచిపెట్టలేదు. అంతకుముందు స్త్రీల విషయంలో ఆయన దృక్కోణం కొంతవరకు సంప్రదాయవాదంగా ఉన్నప్పటికీ, వారు పార్టీలోకి ప్రవేశించడాన్ని అతను వ్యతిరేకించాడు, కానీ ఇప్పుడు విప్లవకారులతో, ముఖ్యంగా భగత్ సింగ్‌తో పరిచయం ఏర్పడిన తర్వాత, అతని దృక్పథం మారిపోయింది, ఇది కూడా నిజం. బలమైన మద్దతుదారు. శ్రీ భగవాన్‌దాస్ ఆజాద్‌లోని ఈ మార్పులను ఈ క్రింది పదాలలో పేర్కొన్నారు-

“ఆజాద్ మధ్య భారతదేశంలోని ఒక చిన్న రాచరిక రాష్ట్రమైన అలిరాజ్‌పూర్‌లోని ఒక గ్రామంలో, కులతత్వం, అంటరానితనం మరియు స్త్రీల పట్ల పదమూడవ శతాబ్దపు దృక్పథాలను కలిగి ఉన్న ఒక బలమైన బ్రాహ్మణ కుటుంబంలో జన్మించాడని మనం గుర్తుంచుకోవాలి. ఇది సరికాదు మరియు ఈ వాతావరణం నుండి పురోగమిస్తున్నప్పుడు, అతను ఇరవయ్యో శతాబ్దం మూడవ దశాబ్దంలో భారతీయ విప్లవకారుల ముందు వరుసలో నాయకుడయ్యాడు.పది-పన్నెండేళ్ల వయస్సులో, అతను ఇంటి నుండి పారిపోయాడు. స్థిర బ్రాహ్మణుడు మరియు సంస్కృతం అభ్యసించడానికి కాశీ చేరుకున్నాడు.అక్కడ జాతీయ తరంగంలో పాల్గొని, సత్యాగ్రహం చేసి, లాఠీచార్జి శిక్షను పొంది విప్లవకారులలో చేరాడు.అమర్ షహీద్ రామ్ ప్రసాద్ బిస్మిల్ నాయకత్వంలో, అతని ఆలోచనలు ఆర్యసమాజిని అభివృద్ధి చేశాయి మరియు అతను ప్రారంభించాడు. అంటరానితనం, విగ్రహారాధన మొదలైనవాటిని

పనికిరానివిగా పరిగణించడం.తరువాత, అతను భగత్ సింగ్ మొదలైనవాటితో పరిచయం పెంచుకున్నాడు.క్రమక్రమంగా, అతను సోషలిజం వైపు దృష్టి సారించే లౌకిక విధానాన్ని అవలంబించాడు మరియు ఇండియన్ సోషలిస్ట్ డెమోక్రటిక్ ఆర్మీ యొక్క ప్రధాన పోరాట యోధుడు అయ్యాడు.ఖచ్చితంగా, ఆజాద్ అనేక దశలను దాటాడు.

స్థిరమైన బ్రాహ్మణిస్ట్ బిడ్డ నుండి అతి తక్కువ సమయంలో అగ్రశ్రేణి విప్లవాత్మక ప్రగతిశీల యువ నాయకుడిగా అభివృద్ధి చెందాడు.ఆజాద్ తన వ్యక్తిగత జీవితంలో ఎల్లప్పుడూ మహిళలకు సంబంధించి నైతిక బ్రహ్మచారిగా కొనసాగాడు. ఇంతకుముందు పార్టీలో మహిళల ప్రవేశాన్ని వ్యతిరేకించిన ఆయన నాయకత్వం కంటే ముందు ఇదే సంప్రదాయం. కానీ తరువాత మహిళలు టీమ్‌లలో పనిచేశారు మరియు చాలా బాగా చేసారు. “మహిళలు నరక గనులు” అనే మనస్తత్వం నుండి స్త్రీలను చురుకైన విప్లవకారులుగా మరియు సమాన సహకారులుగా పరిగణించడం వరకు ఆజాద్‌కు ఎప్పటికప్పుడు ఈ మనోభావాలన్నీ ఉండేవని స్పష్టమవుతుంది. చివరి రోజుల్లో ఆజాద్ టీమ్‌లోని మహిళా సభ్యులందరికీ చాలా ఉత్సాహంగా షూటింగ్, గురిపెట్టడం మొదలైనవాటిని నేర్పించేవాడు. దీని కోసం పార్టీ సానుభూతిపరుల ఇళ్లలోని మహిళలను కూడా ప్రోత్సహించారు మరియు విప్లవాత్మక పనిలో తమ భర్తలకు చురుగ్గా మద్దతు ఇవ్వడానికి పదేపదే వారికి అనేక రకాల స్ఫూర్తిని ఇచ్చారు. స్త్రీలతో అతని ప్రవర్తన చాలా సాదాసీదాగా మరియు సహృదయంతో ఉండేది. ఇంత జరిగినా, ఏ పార్టీ సభ్యుడైనా స్త్రీల పట్ల అనుచితంగా ప్రవర్తించటానికి అతను బద్ధ శత్రువు.

అందానికి ఆకర్షితుడైనప్పటికీ, లైంగిక బలహీనత అతనికి భరించలేనిది. కానీ భార్యాభర్తలిద్దరూ విప్లవోద్యమంలో పాల్గొనడం కంటే అతనికి కావలసినది మరొకటి లేదు. అంతే కాదు, భగత్ సింగ్ ప్రగతిశీల ఆలోచనల ప్రభావంతో అతని ఆహారపు అలవాట్లు కూడా మారిపోయాయి. కుటుంబ సంప్రదాయాల ప్రకారం స్వచ్ఛమైన శాకాహార బ్రాహ్మణుడు అయినప్పటికీ, అతను ఇప్పుడు గుడ్లు తీసుకోవడం ప్రారంభించాడు. ఈ విషయానికి సంబంధించి, శ్రీ మన్మథనాథ్ తన జీవితంలోని ఒక సంఘటనను ప్రస్తావిస్తూ ఇలా వ్రాశారు -

"ఆహారపు అలవాట్లకు సంబంధించి కూడా, ఆజాద్ తన వ్యక్తిగత విలువల ప్రకారం శాఖాహార బ్రాహ్మణుడు. పండిట్ రామ్ ప్రసాద్ బిస్మిల్ నాయకత్వంలో పని చేస్తున్నప్పుడు అతని అంటరానితనం పోయింది. హెచ్‌ఎస్‌ఆర్ నాయకుడిగా, అతను తినడానికి వ్యతిరేకంగా ప్రత్యేకంగా వాదించలేదు. మాంసం వగైరా..అయినా ఇష్టం లేదు.అతను చాలా వేటాడేవాడు.కానీ స్వయంగా మాంసాహారం తినలేదు.నేను రాజా సాహెబ్ ఖనియాధన స్థలంలో వేటాడేవాడిని అలాగే బహిరంగంగా మాంసాహారం తినేవాడిని.అతను కూడా నా మీద

కొంచెం కోపంగా ఉన్నాడు. దీనిపై భగత్ సింగ్ క్షత్రియులు మరియు క్షత్రియుల వలె పని చేసే వారికి మాంసాహారం యొక్క వాంఛనీయత, ప్రయోజనం మరియు నైతికత గురించి ఉపన్యాసాలు ఇస్తూ అతనిని ఆటపట్టించేవాడు.సాండర్స్ ఊచకోత సమయంలో,ఆజాద్ నన్ను లాహోర్‌కు పిలిచినప్పుడు, ఆజాద్‌పై భగత్ సింగ్ మ్యాజిక్ పని చేసిందని మరియు పండిట్‌జీ ఇప్పుడు పచ్చి గుడ్డును నేరుగా నోటిపై పగలగొట్టి మింగడం చూసి నేను ఆశ్చర్యపోయాను. నేను ఆశ్చర్యంతో అడిగాను, "గుడ్ల వల్ల ఎటువంటి హాని లేదు, శాస్త్రవేత్తలు వాటిని పండ్లుగా అభివర్ణించారు." ఈ వాదన భగత్ సింగ్ మాత్రమే, ఆజాద్ పునరావృతం చేస్తున్నాడు.

సహజంగానే ఆజాద్ ఆలోచనలు అతని సహచరుల ఆలోచనలచే ప్రభావితమయ్యాయని పైన పేర్కొన్న కథనాల నుండి స్పష్టమవుతుంది. మొట్టమొదట స్థూల బ్రాహ్మణుడు, ఆ తర్వాత ఆర్యసమాజ్ ప్రభావంతో చివరకు సోషలిజం వైపు మళ్లాడు. అతను తన నిరంతర ప్రగతిశీలతకు సూచిక అయిన తన కుటుంబ వాతావరణం నుండి వారసత్వంగా వచ్చిన సమావేశాల నుండి విడిపోయాడు, కానీ అతని ప్రగతిశీలత సృజనాత్మకంగా ఉంది. అతను ప్రగతిశీలుడు అనే పేరుతో పాశ్చాత్య దేశాలను గుడ్డిగా అనుకరించలేదు; నిజాయితీ మరియు సంస్కృతి.

అతను తన నుండి భిన్నంగా ఇతర ప్రకాశవంతమైన వైపులా అనుమతించలేదు. ఆయన జీవితంలో జరిగిన వివిధ సంఘటనలే ఇందుకు నిదర్శనం. ఇది ప్రగతిశీల భారతీయ సంస్కృతి యొక్క గొప్ప విలువలను కూడా తనతో పాటు తీసుకువెళ్లింది. అందువలన, అతను సమకాలీన అంచనాలకు అనుగుణంగా సంక్షేమ అభ్యుదయవాదానికి మద్దతుదారు. జాతీయ ప్రయోజనాలకు అనుగుణంగా ఉదారవాద సంప్రదాయాలు మరియు ప్రగతిశీలత యొక్క అద్భుతమైన సమన్వయం అతని జీవితంలో ప్రతిబింబిస్తుంది.

ఆదర్శ నాయకత్వం

శ్రీ సచీంద్రనాథ్ సన్యాల్ నాయకత్వంలో ఆజాద్ తన విప్లవ జీవితాన్ని ప్రారంభించాడు. కాకోరి సంఘటన తరువాత, ఈ విప్లవ సమూహం విచ్ఛిన్నమైంది. అతను కొత్తగా విప్లవ పార్టీని నిర్వహించడానికి ప్రయత్నించాడు మరియు యాదృచ్ఛికంగా అతనికి రాజ్‌గురు, భగత్ సింగ్ మొదలైన స్నేహితులు లభించారు. వీరంతా కలిసి 'హిందుస్థాన్ సమాజ్ వాదీ రిపబ్లికన్ ఆర్మీ'ని ఏర్పాటు చేశారు. కామ్రేడ్‌లందరూ ఆజాద్ సామర్థ్యాన్ని చూసి ముగ్ధులయ్యారు, అందుకే ఆయనను ఈ కొత్త పార్టీకి లీడర్-కమాండర్ ఇన్ చీఫ్‌గా నియమించారు. పార్టీ అధినేతగా ఆయన బాధ్యత మరింత పెరిగింది. ఆజాద్ ఈ పదవి గౌరవాన్ని నిలబెట్టుకున్నారు.

అన్నింటిలో మొదటిది, జట్టు నాయకుడు తనను తాను క్రమశిక్షణగా ఉంచుకోవాలి. ఈ వాస్తవాన్ని దృష్టిలో ఉంచుకుని, ఆజాద్ ఎల్లప్పుడూ తన ప్రవర్తన మరియు క్రమశిక్షణను కొనసాగించారు, దాని ద్వారా పార్టీ సభ్యులకు ఒక ఉదాహరణను అందించారు. అతను జట్టులోని చిన్న విషయాలపై కూడా చాలా జాగ్రత్తగా శ్రద్ధ చూపుతాడు, ఎందుకంటే ఈ చిన్న విషయాలను నిర్లక్ష్యం చేయడం భవిష్యత్తులో తీవ్రమైన సమస్యలకు దారి తీస్తుంది. పార్టీ అధినేత, అందుకే పార్టీ పెట్టే డబ్బు వృథా కాకుండా తన దగ్గరే ఉంచుకున్నాడు. అదేవిధంగా పార్టీకి ఎప్పుడూ డబ్బు కొరత ఉండేది. అందుకే, ఆజాద్ ప్రతి పైసాను చాలా ఆలోచించి ఖర్చు పెట్టేవారు. ఈ విషయంలో శ్రీ వీరేంద్ర యొక్క ఈ క్రింది పంక్తులు ప్రత్యేకంగా చెప్పుకోదగినవి – "ఆజాద్ తన ఖర్చుల గురించి కూడా చాలా స్పృహతో ఉన్నాడు. అతని దృక్పథం ఏమిటంటే, అతను సంపాదించిన డబ్బు, ప్రజలు అతనికి ఇచ్చారు. విప్లవ యువత తమ సమయాన్ని దేశం కోసమే వెచ్చిస్తారు తప్ప మరెవరికీ కాదు పని చేయలేరు.

అందుకని బతుకుదెరువు కోసం అక్కడి నుంచి డబ్బులు తెచ్చుకుంటున్నారు. దీన్ని అనవసరమైన ఖర్చులకు ఖర్చు చేయకూడదు. ఆజాద్ పార్టీ నాయకుడు కావడంతో డబ్బు కూడా తన వద్దే ఉంచుకున్నాడు. అతనే దానిని తన స్నేహితులకు పంచాడు. నేటి పరిస్థితి వేరు. ఒకప్పుడు, ముఖ్యంగా లాహోర్‌లో సాండర్స్ హత్యకు గురైన రోజుల్లో లేదా శాసనసభలో బాంబు విసిరిన రోజుల్లో, ఆజాద్ ప్రతి సహచరుడికి రోజుకు నాలుగు అణాలు ఇచ్చేవారు. కానీ భగత్ సింగ్ లాంటి అతని స్నేహితులు సినిమా చూడడానికి ఇష్టపడేవారు. అతను ఆజాద్‌ను డబ్బు అడిగితే, ఆజాద్ అతనిని సున్నితంగా తిరస్కరించాడు. ప్రజాప్రతినిధులు ఏది ఇచ్చినా మీ రక్తంతో తిరిగి ఇవ్వాల్సిందేనన్నారు. విప్లవకారుడికి సినిమా అధర్మం తగదు.

నాయకుడికి ఈ తరహా ఆదర్శం పార్టీ క్రమశిక్షణకు కూడా అవసరం. అందుకే సుర, సుందరి, ధూమపానానికి దూరంగా ఉండాలని స్నేహితులకు ఎప్పుడూ సలహా ఇస్తూ తానే వీటన్నింటికీ పూర్తిగా దూరంగా ఉండేవాడు. ఆజాద్ నిరుపేద కుటుంబంలో పుట్టి సరైన చదువులు చదవకపోయినా నాయకత్వ ప్రతిభ అంతర్లీనంగా ఉన్న మాట వాస్తవమే. అతని ఈ నాణ్యత కారణంగా, అతని జట్టులో అతనిపై ఎప్పుడూ స్వరం లేవనెత్తలేదు మరియు జట్టు ఆదర్శంగా పని చేయడం కొనసాగించింది. అతని సమర్ధవంతమైన నాయకత్వాన్ని ప్రశంసిస్తూ, దాని రహస్యాన్ని వెలుగులోకి తెస్తూ, ఈ గుంపులో సభ్యుడైన శ్రీ భగవాన్ దాస్ ఇలా వ్రాశారు -

"ఆజాద్ సహచరులలో, అంటే, అతని నాయకత్వంలో పనిచేసిన వారిలో, అతని కంటే తక్కువ పాఠశాల విద్య ఎవరికీ ఉండదు. అతని కంటే పేదరికంలో ఎవరూ పుట్టి ఉండరు.

అతనితో పాటు, దేశభక్తి మరియు త్యాగం అతని తండ్రి, సోదరుడు లేదా మరే ఇతర బంధువు ఉండేవాడు మరియు తపస్సు లేదా మరేదైనా గొప్పతనం యొక్క నీడ కూడా లేదు.అమర్ షహీద్ భగత్ సింగ్ మొదలైన అతని సహచరులలో, అతను నాయకత్వ స్థానాన్ని సాధించాడు. తక్కువ తార్కిక శక్తి కానీ ఆచరణాత్మక జ్ఞానం, లొంగని ధైర్యం మరియు అన్నింటికీ మించి అతని సహచరుల ఆనందం మీద - సౌలభ్యం కోసం హృదయపూర్వక శ్రద్ధ కష్ట సమయాల్లో సమర్థవంతమైన నాయకత్వాన్ని కొనసాగించడం మరియు అందించడం ద్వారా మాత్రమే ఇది సాధించబడింది. తన సహోద్యోగులు మరియు తనకు పరిచయం ఉన్న వారి జీవితాల్లో రాజకీయ విలువను మాత్రమే కాకుండా వ్యక్తిగత విలువను కూడా పెంపొందించడంలో ఆజాద్ విజయం ఉంది. అతని బేషరతుగా ఆప్యాయతతో కూడిన వ్యక్తిగత ప్రవర్తన అతనిని తన సహచరులకు ప్రియమైన నాయకుడిగా చేసింది మరియు వారి హృదయాలలో తనపై అంత విశ్వాసాన్ని సృష్టించింది, వారు కేవలం అతని సిగ్నల్ వద్ద తమ ప్రాణాలను త్యాగం చేయడానికి సిద్ధంగా ఉన్నారు. ఆజాద్ నాయకత్వాన్ని అంగీకరించే విషయంలో పార్టీలో ఎప్పుడూ గొడవలు, గొడవలు లేవు. ఇది ఆజాద్‌ను ప్రశంసించడమే కాదు, వారి జ్ఞానం, తెలివితేటలు, త్యాగం మరియు త్యాగం చేయడానికి ఇష్టపడని సహచరుల నిజాయితీ, అంకితభావం మరియు నిస్వార్థతను కూడా ఇది బాగా వ్యక్తీకరిస్తుంది.

నిజానికి ఆజాద్ సమర్థవంతమైన నాయకత్వ ఫలితమే పార్టీలోని మిగతా సభ్యులందరూ తమ కుటుంబాల కంటే ఎక్కువ విద్యావంతులు, ఆర్థిక పరిస్థితులు మెరుగ్గా ఉన్నప్పటికీ పార్టీలో ఐక్యత అనే దారంతో కట్టుబడ్డారు. అడవిలో సింహానికి పట్టాభిషేకం లేదా వేడుకలు చేయరు. అలాగే అతను తన స్వంత విక్రమ్‌తో అడవికి రాజు అవుతాడు మరియు మృగేంద్ర అని పిలుస్తారు, అదేవిధంగా, ఎలాంటి కుటుంబం లేదా నేపథ్యం లేకుండా, కానీ తన శక్తి బలంతో ఆజాద్ విప్లవకారుల సమూహానికి నాయకుడయ్యాడు మరియు విప్లవ ఉద్యమ చరిత్రలో పూర్తిగా కొత్త అధ్యాయాన్ని సృష్టించాడు.

తిరుగులేని సాహసి

వీర్ శ్రేష్ఠ చంద్రశేఖర్ ఆజాద్ యొక్క అచంచలమైన ధైర్యం అతని వ్యక్తిత్వానికి ప్రత్యేకమైన లక్షణం. ఈ గుణం బాల్యం నుండి బలిదానం చేసే వరకు అతని జీవితంలో ప్రతిచోటా కనిపిస్తుంది. అవకాశం కనిపించడం లేదు. వారిలో భయం యొక్క చిన్న జాడ కూడా కనిపించినప్పుడు. ఈ గుణానికి సంబంధించిన సంకేతాలు అతనిలో చిన్నప్పటి నుంచి కనిపిస్తున్నాయి. చిన్నతనంలో దీపావళి సందర్భంగా వెలిగించిన అగ్గిపుల్లలన్నీ కలిపి కాల్చి, చేయి కాలినా సేఫ్.

అస్సలు పట్టించుకోకపోవడం అలుపెరగని ధైర్యసాహసాలతో అతని భవిష్యత్ జీవితానికి సూచన. దీని తరువాత, అతను పద్నాలుగు-పదిహేనేళ్ల వయస్సులో, విదేశీ వస్తువుల దుకాణం వద్ద నిరసన చేస్తున్న సత్యాగ్రహులపై పోలీసుల దౌర్జన్యాలను చూసి అతని రక్తం ఉడికిపోయింది. అతను తనను తాను నియంత్రించుకోలేక అక్కడ ఉన్న రాయిని పోలీసు ఇన్‌స్పెక్టర్ నుదిటిపై కొట్టాడు. ఇంత చిన్న వయస్సులో ఇంత సాహసోపేతమైన చర్య, అది కూడా విదేశీ పాలనలో, ఖచ్చితంగా గొప్ప ధైర్యమైన చర్య.

ఈ నేరంలో పట్టుబడిన తర్వాత కోర్టులో మేజిస్ట్రేట్‌కి తన పేరు ఆజాద్ అని, తన తండ్రి పేరు స్వాతంత్ర్యమని, తన ఇంటి పేరు జైలు అని చెప్పిన ధైర్యం మెచ్చుకోదగినది మాత్రమే కాదు, అదే సమయంలో ఎలా ఉంటుంది? సాధారణంగా యుక్తవయస్కుడి నుండి అటువంటి ఖచ్చితమైన సమాధానాలను ఆశించవచ్చు. మేజిస్ట్రేట్ అతనికి పదిహేను కొయ్యల శిక్ష విధించినప్పటి నుండి, అతను బెరడుకు గురవుతాడు అనే భయం ఎప్పుడూ ప్రదర్శించలేదు మరియు శిక్ష తర్వాత వచ్చిన డబ్బును కూడా జైలర్ ముఖంపై విసిరాడు.

అతని విప్లవ జీవితంలో పోలీసులు ఎల్లప్పుడూ అతని వెంటే ఉన్నారు, కానీ అతను ఎల్లప్పుడూ ధైర్యం చూపించాడు. అతని జీవితంలోని వివిధ సంఘటనలు మునుపటి అధ్యాయాలలో వివరించబడ్డాయి. ఒకసారి అతను తన తల్లిని కలవడానికి వెళ్ళినప్పుడు, పోలీసులు అతనిని వెంబడిస్తున్నారని సమాచారం వచ్చింది. దీనిపై నేరుగా పోలీసులపై దాడికి సిద్ధమైనా భగత్ సింగ్ అడ్డుకున్నాడు. రెండోసారి కూడా తల్లిని కలవడానికి వెళ్లి నిద్రిస్తున్న సమయంలో పోలీసులు వచ్చారు. ఈసారి పోలీసులకు బుల్లెట్లు ఎదురయ్యాయి. బుల్లెట్లు అయిపోయిన తర్వాత, అతను తన స్నేహితుడితో కలిసి పైకప్పుపైకి వెళ్లి, పైకప్పుపై ఉంచిన ఇటుకలతో పోలీసు బుల్లెట్లను ఎదుర్కోవడం ప్రారంభించాడు. అతని సహచరుడు చంపబడ్డాడు, కాని ఆజాద్ స్వయంగా ఒక పైకప్పు నుండి మరొక పైకప్పుకు దూకి పోలీసు చిక్కు నుండి తప్పించుకున్నాడు. కాకోరి సంఘటన తర్వాత, అతనికి వ్యతిరేకంగా సాక్ష్యాలను సేకరించేందుకు ప్రత్యేకంగా ఒక పోలీసు అధికారిని నియమించారు. అతను ఎప్పుడూ వారిని అనుసరించేవాడు. ఆజాద్ అతనితో విసిగిపోయాడు. అప్పుడు ఒక రోజు అతను విషయం పట్టించుకోకుండా నేరుగా అతని వైపుకు వెళ్లి రివాల్వర్‌ని ఛాతీకి అదుముకున్నాడు. వారి ధైర్యాన్ని చూసి, పోలీసు అధికారి నివ్వెరపోయాడు, అతను ఇకపై వారిని అనుసరించనని ప్రమాణం చేసి, ఆజాద్ అతన్ని విడిచిపెట్టాడు.

పలుమార్లు వేషధారణ మార్చుకుని పోలీసులు, డిటెక్టివ్ల ఉచ్చు నుంచి తప్పించుకున్నాడు. భగత్ సింగ్ అరెస్టు తర్వాత, అతను జైలు నుండి విడుదల చేయడానికి కూడా ఒక ప్రణాళికను రూపొందించాడు, అది దురదృష్టవశాత్తు విజయవంతం కాలేదు

మరియు 1929లో వైస్రాయ్ కారును బాంబుతో పేల్చివేయడానికి ప్రయత్నించాడు, అది విజయవంతం కాలేదు.

అలా ఆజాద్ జీవితమంతా సాహసోపేతమైన కార్యకలాపాలతో సాగి చివరికి పోలీసులను ధైర్యంగా ఎదుర్కొని అమరుడయ్యాడు. అతను ధైర్యం యొక్క ఆత్మతో నిండిపోయాడు. నిజానికి, అతను స్వేచ్ఛగా జన్మించాడు, మరణ భయం అతనిని కూడా తాకలేదు. మృత్యువును ఎదుర్కోవడానికి ఎప్పుడూ సిద్ధమే. శత్రువుల తూటాలను ఎదుర్కొనేందుకు తాను సిద్ధంగా ఉన్నానని, తాను స్వేచ్ఛగా ఉన్నానని, స్వేచ్ఛ లేకపోయినా తనకు మరణమే ఏకైక మార్గం అని అన్నారు. మన్మథనాథ్ గుప్తా తన అలుపెరుగని ధైర్యాన్ని చూపిస్తూ ఇలా వ్రాశాడు –

"గత పదేళ్లుగా, సామ్రాజ్యవాదం విచిత్రమైన పరిస్థితులలో కూడా ఎడతెగని యుద్ధం చేస్తోంది, ఖచ్చితంగా ప్రతికూల పరిస్థితులలో చెప్పాలి. గత ఎనిమిది సంవత్సరాలుగా, అది విప్లవ మార్గాన్ని అవలంబించింది మరియు దానిని బాగా స్వీకరించింది. ఏ విపత్తు వచ్చినా అది రణబంకురా వెనక్కు తగ్గలేదు; అది అతని స్వభావానికి విరుద్ధం, లేదా అతను ఎప్పుడూ వదులుకోలేదు. ఆ విపత్తు అతనికి హంసకు నీరు లాంటిది. అతను గత ఆరున్నర సంవత్సరాలుగా అంటే సెప్టెంబర్ 26 నుండి పరారీలో ఉన్నాడు. , 1925. గత సెప్టెంబరు 17 1928 నుండి అతని కోసం ఉరి ఉచ్చు సిద్ధంగా ఉంది, అంటే, సాండర్స్ ఊచకోత జరిగిన రోజు, ఆపై అతను ఎన్ని ఉరి మరియు నల్ల పానీలకు అర్హులు అయ్యాడో ఎవరికి తెలుసు."

ఆదర్శ స్నేహితుడు

జట్టుకు నాయకుడిగా ఉన్నప్పటికీ, క్రమశిక్షణను కొనసాగించడానికి అతను జట్టు సభ్యులతో కఠినంగా ప్రవర్తించాల్సి వచ్చింది, కానీ దీని ఉద్దేశ్యం కూడా లక్ష్యం నుండి తప్పుకోకుండా వారిని రక్షించడమే. నిజానికి, అతను తన స్నేహితుడిని చెడు నుండి రక్షించే నిజమైన స్నేహితుడు. ఈ కర్కశత్వం వెనుక కారణం తన సహోద్యోగుల పట్ల ఆయనకున్న ఆప్యాయత, లేకుంటే అతను తన సహోద్యోగుల సౌలభ్యం మరియు శ్రేయస్సు కోసం ఎల్లప్పుడూ అప్రమత్తంగా ఉండేవాడు. అందుకే పార్టీ సభ్యులు ఆయన్ను తమ నాయకుడిగానే కాకుండా తమ సంరక్షకుడిగా కూడా చూశారు. భగవందాస్ ఈ విషయంపై రాశారు-

"అమర్ షహీద్ భగత్ సింగ్ మొదలైనవారిలో, అతను పుస్తకాల జ్ఞానం ఆధారంగా కొద్దిగా తార్కిక శక్తి ఆధారంగా మాత్రమే కాకుండా, ఆచరణాత్మక జ్ఞానం, లొంగని ధైర్యం మరియు అన్నింటికీ మించి తన హృదయపూర్వక, ఆప్యాయతతో నాయకుడి స్థానాన్ని సాధించాడు. అతని సహచరుల శ్రేయస్సు మరియు కష్ట సమయాల్లో సమర్థవంతమైన

నాయకత్వాన్ని అందించడం ద్వారా.అసెంబ్లీ బాంబు పేలుళ్లకు పథకం రూపొందించారు. బాంబును భగత్ సింగ్ మరియు బతుకేశ్వర్ దత్ పేల్చాలని నిర్ణయించారు. ఆజాద్ ఏదో పని మీద ఝాన్సీకి వెళ్ళవలసి వచ్చింది. రైల్వే స్టేషన్ వైపు వెళ్తున్నాడు. అతనితో పాటు, టీమ్‌లోని మరొక సభ్యుడు శ్రీ శివ వర్మ అతన్ని స్టేషన్‌కు డ్రాప్ చేయబోతున్నాడు. అప్పుడు అతను శివవర్మతో ఇలా అన్నాడు- "ఉదయం! ఇప్పుడు కొన్ని రోజుల్లో వారిద్దరూ (భగత్ సింగ్ మరియు బతుకేశ్వర్ దత్) దేశానికి ఆస్తి అవుతుంది. అప్పుడు మనకు వారి జ్ఞాపకం మాత్రమే మిగిలిపోతుంది.

అప్పటి వరకు వారిని అతిధులుగా భావించి వారి సౌఖ్యం మరియు అసౌకర్యాన్ని చూసుకోండి." ఈ హత్తుకునే మాటలలో, ఆజాద్ యొక్క కొత్త రూపం మన ముందు కనిపిస్తుంది – ఉద్వేగభరితమైన స్నేహితుడి రూపం. వాస్తవానికి, గొప్ప ఆత్మలు బయటి నుండి పిడుగులా కఠినంగా కనిపించవచ్చు, కానీ వారి హృదయం ప్రాపంచిక జీవితాన్ని కొనసాగించడానికి పువ్వు కంటే మృదువుగా ఉంటుంది. ఈ మాట మన హీరో చంద్రశేఖర్ ఆజాద్ గారికి కూడా వర్తిస్తుంది.

శ్రీ వీరేంద్ర తన స్నేహితుడిని ప్రేమించిన సంఘటనను ప్రస్తావించారు. అసెంబ్లీలో బాంబు పేలుడు జరిగిన ఒకట్రెండు రోజుల తర్వాత ఈ ఘటన జరిగింది. దీని తరువాత, వార్తాపత్రికలలో భగత్ సింగ్ చిత్రం ప్రచురించబడింది, ఇది చూసిన ఆజాద్ తన స్నేహితుడిపై ప్రేమ అతని కళ్ళ నుండి పొంగిపొర్లింది. శ్రీ వీరేంద్ర గారి మాటల్లో –

"భగత్‌సింగ్‌పై ఆజాద్‌కి ఎంత ప్రేమ ఉందో మరో సంఘటనను బట్టి అంచనా వేయవచ్చు.. భగత్ సింగ్ అసెంబ్లీలో బాంబు విసిరిన రోజున ఆజాద్ ఆగ్రాలో ఉన్నాడు.. వార్తాపత్రికల్లో భగత్ సింగ్ చిత్రాన్ని చూడగానే ఎదురుగా చూశాడు. అతను చాలా సేపు అతనిని చూస్తూనే ఉన్నాడు మరియు అతని కళ్ళ నుండి కన్నీళ్లు కారడం ప్రారంభించాయి.ఎవరైనా అతని కళ్ళలో నీళ్ళు చూడటం ఇదే మొదటిసారి.కానీ ఆజాద్ భావించాడు భగత్ సింగ్ భారీ త్యాగం చేసాడు.ఇప్పుడు అతను తిరిగి రాలేడు ఆజాద్ మరియు అతను ఈ జన్మలో కలుసుకోకపోవచ్చు. ఈ ఆలోచన అతన్ని కొంచెం ఇబ్బంది పెట్టింది మరియు రాతి హృదయం అని భావించిన వ్యక్తి చివరకు కరిగిపోయాడు. కానీ ఇది బలహీనత కాదు. ప్రియమైన సహచరుడిపై ప్రేమ ఉంది."

1931 ఫిబ్రవరి 27న పోలీసులతో ధైర్యంగా పోరాడుతూ అమరుడయ్యాడు అది పొందిన తర్వాత కూడా తన అద్వితీయమైన స్నేహాన్ని చాటుకున్నాడు. పరిస్థితి తీవ్రతను చూసి తన స్నేహితుడు సుఖ్‌దేవ్‌రాజ్‌ను పరామర్శించారు. వారు నిరాకరించినప్పటికీ, అతను వారిని బలవంతంగా అక్కడి నుండి తరిమివేసి వారి ప్రాణాలను కాపాడాడు మరియు స్వయంగా

అమరుడయ్యాడు. ఈ విషయంలో, శ్రీ సుఖ్‌దేవ్‌రాజ్ స్వయంగా ఇలా వ్రాశారు – "దీనిపై, గోరా మరియు అతని సహచరుడు ఒక చెట్టు వెనుక దాక్కున్నాడు. ఆజాద్ ఒక చెట్టు వెనకాల కూడా కవర్ తీసుకున్నాడు. ఇరువైపుల నుంచి బుల్లెట్లు దూసుకురావడం ప్రారంభించాయి. ఇంతలో ఆజాద్ నన్ను అక్కడి నుంచి వెళ్లిపొమ్మని ఆదేశించారు. అక్కడ పోరాడుతూ అతనే అమరుడయ్యాడు. కానీ అతను తన సహచరులలో ఒకరి ప్రాణాలను రక్షించాడు.

చనిపోయిన తర్వాత కూడా స్నేహితుడి జీవితాన్ని కాపాడిన ఈ ఉదాహరణ ఖచ్చితంగా ఆదర్శప్రాయమైనది, ఇది సాధారణ ప్రజల నుండి ఆశించబడుతుంది. అది ఊహ మాత్రమే అవుతుంది. పండిట్ రాంప్రసాద్ బిస్మిల్ మరియు భగత్ సింగ్‌లను జైలు నుండి విడిపించేందుకు చేసిన ప్రయత్నాలు కూడా స్నేహితుల పట్ల ఆయనకున్న ప్రేమకు అద్దం పడుతున్నాయి. ఆ విధంగా చంద్రశేఖర్ ఒకవైపు ఆజాద్ అద్వితీయమైన విప్లవకారుడు, తిరుగులేని సాహసికుడు, ఉత్తముడు. ఒకవైపు నాయకత్వ లక్షణాలు, గుణ బలానికి ప్రతీక, అభ్యుదయ ఆలోచనలతో రాజకీయ ఆలోచనాపరుడు అయితే మరోవైపు ఆదర్శ మిత్రుడిగా మనముందు కనిపిస్తాడు.

దేశభక్తి యొక్క పర్యాయపదాలు

చంద్రశేఖర్ ఆజాద్ జీవిత చరిత్ర మొత్తం దేశభక్తి స్ఫూర్తితో నిండి ఉంది. బహుశా సంస్కృతం చదువుకోవడానికి భాభారా నుండి బనారస్ చేరుకున్నప్పుడే అతని హృదయంలో ఈ భావానికి బీజం పడింది. ఈ కాలం భారత రాజకీయాల్లో గందరగోళ కాలం. సైమన్ కమీషన్ బహిష్కరణ, జలియన్ వాలాబాగ్ ఘటన మొదలైన సంఘటనలు ఇన్నేళ్లలో జరిగాయి, ఆ తర్వాత ఈ సంఘటనలు ఆజాద్ హృదయంలో దేశభక్తి బీజాన్ని నాటడానికి దోహదపడ్డాయి. 1921లో సత్యాగ్రహులు విదేశీ సరుకుల దుకాణం వద్ద ధర్నా చేస్తున్నప్పుడు, పోలీసులు లాఠీలతో కొట్టినప్పుడు అతని ఈ దేశభక్తి భావాన్ని మొదటిసారిగా బహిర్గతం చేసింది. ఈ చిత్రహింసలు తట్టుకోలేని ఆజాద్ ఇన్‌స్పెక్టర్ తలపై రాయి విసిరాడు.

దీని తరువాత, ఆజాద్ పూర్తిగా దేశభక్తి యొక్క రంగులతో నింపబడ్డాడు; ఇంటిని, చదువును, అన్నింటినీ వదిలి దేశానికి సేవ చేశాడు. ఈ దేశభక్తి మత్తు అతనికి విప్లవకారులకు పరిచయం చేసి 1921లో సహాయ నిరాకరణోద్యమం ముగిసిన తర్వాత విప్లవ సంస్థ 'హిందూస్థాన్ రిపబ్లికన్ అసోసియేషన్'లో సభ్యుడయ్యాడు. అతని హృదయంలో మొలకెత్తిన దేశభక్తి అనే చిన్న మొక్క ఇక్కడి నుంచే వర్ధిల్లుతూ మహావృక్షంగా మారే అవకాశం వచ్చింది.

ఇప్పుడు అతని ముందు ఒకే ఒక లక్ష్యం ఉంది, విదేశీయుల బానిసత్వం నుండి దేశాన్ని విడిపించడం. అతను ఏ పని చేసినా, అది దోపిడీ, మోసం, హింస లేదా విప్లవ పార్టీల సంస్థ, ఈ లక్ష్యాన్ని దృష్టిలో ఉంచుకుని ప్రతిదీ చేశాడు. ఈ లక్ష్యాన్ని సాధించడానికి, అతను జీవితంలోని అన్ని ఆనందాలను విడిచిపెట్టాడు మరియు దుఃఖాన్ని స్వీకరించాడు. అతను తన లక్ష్యాన్ని సాధించే మార్గంలో ఇతర ప్రాపంచిక ఆనందాలను అడ్డంకులుగా భావించాడు. అందుకే తన ఇతర స్నేహితులను కూడా వారికి దూరంగా ఉండమని చెబుతాడు. సలహా ఇవ్వడానికి ఉపయోగిస్తారు. అతని స్పష్టమైన ప్రకటన ఏమిటంటే- "మీరు మీ దేశాన్ని ప్రేమించాలనుకుంటే, దాని కోసం మీరు అన్నింటినీ త్యాగం చేయాలి. అందులో మరెవరినీ ప్రేమించే అవకాశం లేదు."

"దేశ ప్రేమ కోసం సర్వస్వం త్యాగం చేస్తానన్న ఈ ప్రకటన అతని జీవితంలో ఒక సైద్ధాంతిక అంశం మాత్రమే కాదు, అతని జీవితంలో ఒక ఆచరణాత్మక ప్రవర్తన. అతని జీవితంలోని ఒక సంఘటన ఉదాహరణగా తీసుకోవచ్చు. శ్రీ గణేష్ శంకర్ విద్యార్థి అతనికి రెండు ఇచ్చారు. వంద రూపాయలు. తద్వారా అతను ఈ డబ్బును తన తల్లిదండ్రులకు పంపగలిగాడు, ఎందుకంటే వారి పరిస్థితి చాలా దయనీయంగా మారింది, ఎందుకంటే వారు ఆకలితో చనిపోతున్నారు. కానీ ఆజాద్ ఆ డబ్బును జట్టు సభ్యుల కోసం ఖర్చు చేశాడు. " ఆ డబ్బును మీరు మీ ఇంట్లో ఖర్చు చేశారా? పంపారు ?" అని విద్యార్థి ప్రశ్నించగా, ఆజాద్ ఇలా బదులిచ్చారు-

"నా తల్లిదండ్రులకు ఇప్పటికీ అప్పుడప్పుడు తినడానికి ఏదైనా వస్తుంది, కానీ నా పార్టీలో చాలా మంది యువకులు ఉన్నారు, కొన్నిసార్లు పూర్తిగా ఆకలితో ఉండవలసి ఉంటుంది, నా తల్లిదండ్రులు వృద్ధులు, వారు కూడా చనిపోయారు, కాబట్టి దేశానికి నష్టం లేదు, కానీ నా పార్టీకి చెందిన ఎవరైనా యువకుడు ఆకలితో చనిపోతే అది మాకు చాలా అవమానకరమైన విషయం మరియు దాని వల్ల దేశం చాలా నష్టపోతుంది. మీ దేశం కోసం అటువంటి అతీంద్రియ మరియు ప్రత్యేకమైన త్యాగం చేయండి.ఇచ్చే అనుభూతి – దేశభక్తికి ఇంతకంటే మంచి ప్రతీక ఏముంటుంది? చివరకు తన ప్రాణాలను సైతం త్యాగం చేసి ఈ మాటలను నిరూపించాడు, నిజానికి చంద్రశేఖర్ ఆజాద్ దేశభక్తికి పర్యాయపదంగా మారారు.